AF519149

ഗ്രീൻ ബുക്സ്

അകത്തെ ക്രിസ്തു പുറത്തെ ക്രിസ്തു

ബെന്യാമിൻ

കേരളത്തിലും ഇന്ത്യയിലും പ്രസാധനരംഗത്ത് ചലനം സൃഷ്ടിച്ച ആടുജീവിതത്തിന്റെ കഥാകാരൻ. പത്തനംതിട്ട ജില്ലയിലെ കുളനട സ്വദേശി. ദീർഘകാലം ബഹറിനിലായിരുന്നു.

കെ.എ. കൊടുങ്ങല്ലൂർ അവാർഡ് (2008), അബുദാബി ശക്തി അവാർഡ് (2008), കേരള സാഹിത്യ അക്കാദമി അവാർഡ് (2009), നോർക്ക റൂട്ട്സ് പ്രവാസി അവാർഡ് (2010), കേന്ദ്ര പ്രവാസകാര്യവകുപ്പിന്റെ പ്രത്യേക പുരസ്കാരം (2011), കണ്ണൂർ മലയാള പാഠശാലയുടെ പ്രവാസി സംസ്കൃതി പുരസ്കാരം (2011), ദുബായ് പ്രവാസി ബുക്ക് ട്രസ്റ്റ് അവാർഡ് (2011), കുവൈറ്റ് യൂത്ത് ഇന്ത്യ അവാർഡ് (2011), ഒമാൻ കേരള സാഹിത്യ പുരസ്കാരം (2011), മസ്ക്കറ്റ് ഇന്ത്യൻ സോഷ്യൽ സെന്റർ പ്രത്യേക സാഹിത്യ പുരസ്കാരം (2011). കഴിഞ്ഞ ദശകത്തിലെ ഏറ്റവും നല്ല എഴുത്തുകാരനുള്ള പട്ടത്തുവിള കരുണാകരൻ ബഹുമതി, ഓവർസീസ് ഇന്ത്യൻ അഫയേഴ്സ് വകുപ്പിന്റെ പ്രശംസാപത്രം, Long Listed for Man Asian Literary Prize 2012, Short Listed for DSC Prize 2014 എന്നിങ്ങനെ നിരവധി അംഗീകാരങ്ങൾ കൊണ്ട് ബഹുമാനിതനായ എഴുത്തുകാരൻ.

ഗ്രീൻ ബുക്സ് പ്രസിദ്ധീകരിച്ച
ഗ്രന്ഥകാരന്റെ ഇതര കൃതികൾ

ആടുജീവിതം

ഒറ്റമരത്തണൽ

ഇരട്ടമുഖമുള്ള നഗരം

ദൂരം വിളിക്കുമ്പോൾ

അകത്തെ ക്രിസ്തു പുറത്തെ ക്രിസ്തു

പ്രഭാഷണങ്ങൾ

ബെന്യാമിൻ

ഗ്രീൻ ബുക്സ്

green books private limited
gb building, civil lane road, ayyanthole,
thrissur- 680 003, kerala, ph: +91 487-2381066, 2381039
website: www.greenbooksindia.com
e-mail: info@greenbooksindia.com

malayalam
akathe christhu purathe christhu
talks
by
benyamin

first published july 2020

cover design : mansoor cheruppa

branches:
thrissur 0487-2422515
thiruvananthapuram 0471-2335301
calicut 0495 4854662
ernakulam 8589095302

isbn : 978-93-89671-84-1

GBPL/1151/2020

മുഖക്കുറി

പുറത്ത് ആഘോഷങ്ങളുടെ ക്രിസ്തുവാണ് എങ്കിൽ അകത്ത് പലായനങ്ങളുടെയും പ്രവാസത്തിന്റെയും ദുഃഖിതനായ ക്രിസ്തുവാണ്. എന്നാൽ അകത്തെ ക്രിസ്തുവിനെ നാം മറന്നുകളഞ്ഞിരിക്കുന്നു. സർഗ്ഗാത്മകനായ ഒരു എഴുത്തുകാരന്റെ നിലപാടുകളുടെ പുസ്തകമാണിത്. സംഭവബഹുലമായ തന്റെ സാഹിത്യയാത്രകളിൽ ഉടലെടുക്കുന്ന, വികാര വിചാരങ്ങൾ രൂപപ്പെടുത്തുന്ന, നൈതികബോധം വെളിച്ചമണിഞ്ഞു നിൽക്കുന്ന കൃതി. ചോദ്യം ചോദിക്കാൻ കരുത്തുള്ള ഒരു തലമുറ വളർന്നു വരണം എന്ന് എഴുത്തുകാരൻ ഉദ്ഘോഷിക്കുന്നു.

കൃഷ്ണദാസ്
മാനേജിങ് എഡിറ്റർ

ഉള്ളടക്കം

ചരിത്രം സംഭവിച്ച കാലഘട്ടം

ഒരുൾവിളിയുടെ ക്ഷണത്തിലാണ് ഞാനിവിടെ എത്തിയത്. കേരളം ലോകത്തിനു സമ്മാനിച്ച ഏറ്റവും മഹാനായ എഴുത്തുകാരന്റെ പേരിൽ നടക്കുന്ന ഒരു സാഹിത്യോത്സവത്തിൽ പങ്കെടുത്ത് അത് ഉദ്ഘാടനം ചെയ്യുക എന്നു പറയുമ്പോൾ അതിനോളം അംഗീകാരം മറ്റൊന്നുമില്ല എന്നാണ് ഞാൻ കരുതുന്നത്. ഇത്തരം ചടങ്ങുകൾക്ക് വരുമ്പോൾ പല എഴുത്തുകാർക്കും മുതിർന്ന എഴുത്തുകാരനെ കണ്ടുമുട്ടിയതിന്റെയോ അവരുമായി സൗഹൃദം പങ്കിട്ടതിന്റെയോ ഒക്കെ നിരവധി മുഹൂർത്തങ്ങൾ ഓർത്തെടുക്കാൻ കണ്ടേക്കാം. നിർഭാഗ്യവശാൽ എന്നെ സംബന്ധിച്ചിടത്തോളം അങ്ങനെയൊരു ബന്ധമോ കൂടിക്കാഴ്ചയുടെ അനുഭവമോ ഒന്നും തകഴിച്ചേട്ടനുമായി ഉണ്ടായിട്ടില്ല എന്നതാണ് സത്യം.

തകഴിച്ചേട്ടനെ മാത്രമല്ല മലയാളത്തിലെ തലമുതിർന്ന എഴുത്തുകാരിൽ പലരെയും നേരിൽ കാണാൻ എനിക്ക് ഭാഗ്യം ലഭിച്ചിട്ടില്ല. കഴിഞ്ഞ വർഷം പാകിസ്ഥാനിലെ കറാച്ചിയിൽ സാഹിത്യോത്സവത്തിനു ചെന്നപ്പോൾ ഒരു പാകിസ്ഥാനി വായനക്കാരൻ എന്നോടു ചോദിച്ചു നിങ്ങൾ കേരളത്തിൽ നിന്നല്ലേ വരുന്നത്, നിങ്ങളുടെ എഴുത്തുകാരൻ ബഷീറിനെ കണ്ടിട്ടുണ്ടോ എന്ന്? കാണാൻ കഴിഞ്ഞിട്ടില്ല എന്നും ഞാൻ പറഞ്ഞു. 94ൽ അല്ലേ അദ്ദേഹം മരിച്ചത്, എന്നിട്ടും നിങ്ങൾക്ക് എന്തുകൊണ്ട് അദ്ദേഹത്തെ കാണാൻ കഴിയാതെ പോയി എന്ന് അദ്ദേഹം ചോദിച്ചു. എനിക്ക് ഉത്തരമില്ലായിരുന്നു. പാഠപുസ്തകക്കാലം മുതൽ ബഷീറിനെ വായിക്കുന്നു. സ്നേഹിക്കുന്നു. ആരാധിക്കുന്നു. എന്നിട്ടും ഒന്ന് പോയിക്കാണാൻ കഴിഞ്ഞില്ല. ബഷീറിനെ മാത്രമല്ല, മാധവിക്കുട്ടിയേയും ഒ.വി. വിജയനെയും കോവിലനെയും കുഞ്ഞുണ്ണി മാഷിനെയും നിത്യചൈതന്യയതിയേയും എം. കൃഷ്ണൻ നായരെയും കെ.പി. അപ്പനെയും എൻ.എൻ. പിള്ളയേയും ഞാൻ കണ്ടിട്ടില്ല. ഇവരൊക്കെയും എന്റെ വായനയിൽ എനിക്ക് അത്രയും പ്രിയപ്പെട്ടവരായിരുന്നു. എന്റെ എഴുത്തുജീവിതത്തിൽ വലിയ സ്വാധീനം ചെലുത്തുവാൻ ഇവർക്കൊക്കെ ആയിട്ടുണ്ട്. എഴുത്തുകാരുടെ അടുക്കൽ പോകുക,

അവരെ കാണുക, അവരുമായി സൗഹൃദം സ്ഥാപിക്കുക ഇങ്ങനെയൊക്കെ ചെയ്യാനും മാത്രം പോലും ബഹിർമുഖത്വമുള്ള വ്യക്തിയല്ല, മറിച്ച് കൂടുതൽ അന്തർമുഖനായ ഒരാളാണ് ഞാൻ. ഭയം കൊണ്ടാണ്, അല്ലാതെ കാണാനോ പരിചയപ്പെടാനോ ഇഷ്ടമില്ലാഞ്ഞിട്ടല്ല കാണാൻ പോകാതിരുന്നത്.

കേരളത്തിൽ ഏറ്റവും കൂടുതൽ സാഹിത്യസ്നേഹികൾ പോയിട്ടുള്ളത് ബഷീറിന്റെ അടുത്തും തകഴിച്ചേട്ടന്റെ അടുത്തുമാണെന്ന് ഞാൻ വിചാരിക്കുകയാണ്. സാഹിത്യത്തെ സ്നേഹിക്കുന്ന, സാഹിത്യത്തിൽ നിലകൊള്ളുന്ന ആളുകൾക്ക് എത്രയോ കഥകൾ ഈ സന്ദർശങ്ങളുമായി ചേർത്ത് പങ്കുവെയ്ക്കാനുണ്ടാവും. അങ്ങനെ കുറെ കഥകൾ പലരിൽ നിന്നും ഞാൻ കേട്ടിട്ടുമുണ്ട്. അപ്പോഴൊക്കെ ഒരു വലിയ നഷ്ടബോധം എന്നെ പൊതിയും. എന്നാലും എഴുത്തുകാരനെ മുഖാമുഖം കാണുന്നതിനപ്പുറത്ത്, ആ എഴുത്തുകാരൻ ഇപ്പോഴും നമ്മുടെ ഉള്ളിൽ എങ്ങനെയൊക്കെ ജീവിക്കുന്നു എന്നറിയുന്നതാണ് ആ എഴുത്തുകാരൻ നമ്മിൽ ചെലുത്തിയിട്ടുള്ള സ്വാധീനം അളക്കുന്നതിനുമുള്ള പ്രധാന മാർഗ്ഗമായി ഞാൻ കാണുന്നത്. അടുത്തിടെ ഫേസ്ബുക്കിൽ ഒരു പോസ്റ്റ് വായിക്കുകയുണ്ടായി. അതിൽ പറഞ്ഞിട്ടുള്ളത് ഒരുപക്ഷേ എന്റെ അനുഭവമായും എന്റെ വിചാരങ്ങളുമായും കുറെക്കൂടി അടുത്തു നിൽക്കുന്നതാണെന്ന് തോന്നിയിട്ടുണ്ട്.

എന്തുകൊണ്ടാണ് പല പ്രശസ്തരും മരണപ്പെടുമ്പോൾ നിങ്ങൾ അനുശോചനക്കുറിപ്പുകൾ എഴുതാത്തത് എന്നു ചോദിച്ചപ്പോൾ ആ സുഹൃത്ത് പറഞ്ഞത്, അനുശോചനക്കുറിപ്പുകളുടെ ആവശ്യമില്ല. കാരണം അവർ നമ്മോടൊപ്പം ഇനിയും ഉണ്ടല്ലോ എന്നാണ്. ശരിയാണ്. അവർ നമുക്ക് നൽകിയിട്ടുള്ള സർഗ്ഗസംഭാവനകൾ നമ്മോടൊപ്പമുണ്ട്. അവർ എഴുതിയ കൃതികൾ, അവർ ആലപിച്ച ഗാനങ്ങൾ, അവർ വരച്ച ചിത്രങ്ങൾ, അവരുടെ അഭിനയമുഹൂർത്തങ്ങൾ എല്ലാം. ആ സർഗ്ഗസംഭാവനകളിലൂടെ അവർ നമ്മോടൊപ്പം ഇനിയും ജീവിക്കുന്നു. അനുശോചനസന്ദേശങ്ങൾ നൽകി അവരെ നാം എന്നന്നേക്കുമായി യാത്രയാക്കേണ്ടതില്ല.

എപ്പോഴാണ് ഒരു എഴുത്തുകാരൻ ശരിക്കും മരിക്കുന്നത് എന്ന് ചോദിച്ചാൽ എല്ലാ വായനയും അസ്തമിച്ചു കഴിയുമ്പോൾ, ഒരു വായനക്കാരനും അയാൾക്ക് ഇല്ലാതെയാകുമ്പോഴാണ് ഒരു എഴുത്തുകാരൻ മരിക്കുന്നത്. ഒരാളും വായിക്കാനില്ലാതെ അയാളുടെ പുസ്തകങ്ങൾ അലമാരകളിൽ നിദ്രകൊള്ളുമ്പോൾ അയാൾ മരിച്ചു എന്നർത്ഥം. അതുവരെ അയാൾ ജീവിക്കുക തന്നെയാണ്. ആ അർത്ഥത്തിൽ തകഴിച്ചേട്ടൻ നമ്മെ ഒരല്പം പോലും വിട്ടുപോയിട്ടില്ല. എത്രയോ ലക്ഷം വായനക്കാർ അദ്ദേഹത്തെ ഇപ്പോഴും വായിച്ചുകൊണ്ടിരിക്കുന്നു.

തകഴിച്ചേട്ടന്റെ ജീവിതത്തെക്കുറിച്ച് ആലോചിക്കുമ്പോഴൊക്കെ എന്റെ മനസ്സിൽ എത്തുന്നത് ആ ഒരു കാലഘട്ടമാണ്. അദ്ദേഹം

ഭൗതികമായി ജീവിച്ചു കടന്നുപോയ, അല്ലെങ്കിൽ ഭൂമിയെന്ന ഗ്രഹം സന്ദർശിച്ച് മടങ്ങിപ്പോയ ഒരു കാലഘട്ടത്തെക്കുറിച്ച്. ചരിത്രം സംഭവിച്ച കാലഘട്ടം എന്നാണ് ഞാനതിനെ വിശേഷിപ്പിക്കാൻ ആഗ്രഹിക്കുന്നത്. കേരളത്തിന്റെ ചരിത്രത്തിൽ, ഇന്ത്യയുടെ ചരിത്രത്തിൽ എന്തിന് ലോക ചരിത്രത്തിൽ തന്നെ ഇത്രയധികം സംഭവബഹുലമായ ഒരു കാലയളവ് വേറെ ഉണ്ടായിട്ടുണ്ടോ എന്ന് സംശയിക്കത്തക്കവിധത്തിൽ അത്രയധികം സംഭവങ്ങളുടെയും ചരിത്രപരമായ നാഴികക്കല്ലുകളുടെയും കൂടെ ജീവിച്ച ഒരെഴുത്തുകാരനായിരുന്നു തകഴി എന്ന് നമുക്ക് ഓരോരുത്തർക്കും അറിയാം.

1912ൽ ആണ് തകഴി ജനിക്കുന്നത്. ആ വർഷമാണ് റിപ്പബ്ലിക് ഓഫ് ചൈന എന്നൊരു രാജ്യം രൂപീകൃതമാകുന്നത്. ലോകത്തെ നടുക്കിക്കൊണ്ട് ടൈറ്റാനിക് എന്ന വലിയ കപ്പൽ അറ്റ്ലാന്റിക് മഹാസമുദ്രത്തിന്റെ അടിത്തട്ടിലേക്ക് താഴ്ന്നു പോയ വർഷമാണത്. 1999ൽ വിട്ടുപോകും വരെ 87 വർഷക്കാലം ഈ ഭൂമിയിൽ അദ്ദേഹം നമുക്കൊപ്പമുണ്ടായിരുന്നു. അതിനിടയിൽ ഈ ലോകത്ത് എന്തെല്ലാം സംഭവിച്ചു? ആയിരം വർഷക്കാലം മദ്ധ്യപൂർവ്വേഷ്യയെ ഭരിച്ച ഓട്ടോമൻ സാമ്രാജ്യത്തിന്റെ അടക്കം എത്രയോ സാമ്രാജ്യങ്ങളുടെ പതനം, സോവിയറ്റ് യൂണിയന്റെ രൂപീകരണവും വീഴ്ചയും, രണ്ട് ലോക മഹായുദ്ധങ്ങൾ, ഹിരോഷിമ-നാഗസാക്കി പോലുള്ള ദുരന്തങ്ങൾ, ഹിറ്റ്ലറുടെ ജൂതഹത്യകൾ, ഇന്ത്യൻ സ്വാതന്ത്ര്യസമരങ്ങളും രാജ്യത്തിനു ലഭിച്ച സ്വാതന്ത്ര്യവും കേരളത്തിന്റെ രൂപീകരണം, ആദ്യ കമ്യൂണിസ്റ്റ് മന്ത്രിസഭ. യുദ്ധങ്ങൾ, കലാപങ്ങൾ, പലായനങ്ങൾ, കുടിയേറ്റങ്ങൾ, പട്ടിണി, മരണം. ഒരു സാധാരണ മനസ്സിന് അത്രയൊന്നും വേഗത്തിൽ ഉൾക്കൊള്ളാനും സഹിക്കാനും കഴിയാത്ത സംഭവങ്ങളുടെ ഒരു മലവെള്ളപ്പാച്ചിൽ ഉണ്ടായ കാലഘട്ടമായിരുന്നു അത്. ഇവയൊക്കെ ഒരു സാഹിത്യകാരന്റെ മനസ്സിൽ ഏതുതരം അനുരണനങ്ങൾ ഉണ്ടാക്കി എന്നും അദ്ദേഹത്തിന്റെ രചനകളിൽ അത് എത്രത്തോളം കടന്നുവന്നിട്ടുണ്ട് എന്നും ചിന്തിക്കുന്നത് ഈ സാഹിത്യസംഗമത്തിനു കൂടുതൽ സാംഗത്യമാകും എന്ന് ഞാൻ കരുതുകയാണ്.

പതിമ്മൂന്നാം വയസ്സിലാണ് തകഴിയുടെ ആദ്യകഥ പുറത്തുവന്നതായി വായിച്ചിട്ടുള്ളത്. 1923ൽ ആകാം അതെന്ന് കരുതുന്നു. 1922ൽ യു.എസ്.എസ്.ആർ രൂപീകരിക്കപ്പെടുകയാണ്. ആ കാലയളവിൽ തന്നെയാണ് ഹിറ്റ്ലറെപ്പോലെയുള്ള, മുസ്സോളിനിയെപ്പോലുള്ള ഏകാധിപതികൾ അധികാരത്തിലേക്ക് കടന്നുവരുന്നതും. പതിമ്മൂന്നാം വയസ്സിലെ ആദ്യകഥയ്ക്കു ശേഷം 600 കഥകളും 39 നോവലുകളും അദ്ദേഹം രചിക്കുകയുണ്ടായി. എണ്ണം വായിച്ച് ഞാൻ ശരിക്കും തരിച്ചിരുന്നു പോയി. എന്തൊരു മഹാപ്രവാഹമായിരുന്നു അത്! തകഴിച്ചേട്ടന്റെ പകുതി പ്രായത്തിലധികം ജീവിച്ചു തീർന്ന എനിക്ക് വളരെ പ്രയാസപ്പെട്ടിട്ടും വെറും

മുപ്പത്തിയൊമ്പതു കഥകളും ഏഴു നോവലുകളുമാണ് ആകെക്കൂടി എഴുതാൻ കഴിഞ്ഞിട്ടുള്ളത്. എഴുത്തിനുവേണ്ടി മുഴുവൻ സമയവും മാറ്റിവെച്ചതിനും ശേഷമുള്ള കണക്കാണത്.

തകഴി എന്ന പ്രതിഭയുടെ മാഹാത്മ്യം നാം തിരിച്ചറിയുന്നത് അവിടെ നിന്നാണ്. അദ്ദേഹം ജീവിച്ച കാലഘട്ടത്തെക്കുറിച്ച്, സമൂഹത്തെക്കുറിച്ച് ജീവിതത്തെക്കുറിച്ച്, സമഗ്രമായി മനസ്സിലാക്കിയും തിരിച്ചറിഞ്ഞും ഉൾക്കൊണ്ടും ഉള്ള കഥകളും നോവലുകളുമാണ് അദ്ദേഹം നമുക്ക് സമ്മാനിച്ചിട്ടുള്ളത്. കഥകളുടെ എണ്ണത്തിൽ തകഴിയെ കവച്ചുവെയ്ക്കുന്ന വലിയ എഴുത്തുകാർ ലോകസാഹിത്യത്തിൽ വേറെയും ഉണ്ടായിട്ടുണ്ട്. എന്നാൽ അവരൊക്കെ വലിയ നഗരങ്ങളിലേക്ക് ചേക്കേറിയവരാണ്. വലിയ സമൂഹത്തെയും ജീവിതപരിസരത്തെയും പരിചയിച്ചിരുന്നവരാണ്. എന്നാൽ തകഴി ഒരു ചെറിയ സ്ഥലമാണ്. ഇന്നും അതു തന്നെ. അപ്പോൾ പിന്നെ അന്നത്തെ കാര്യം പറയാനില്ലല്ലോ. ഇത്രയും ചെറിയ ഒരു ഇടത്തിൽ നിന്നുകൊണ്ടാണ് ഇത്രയധികം എഴുതിയത് എന്നു പറയുമ്പോൾ എത്ര സൂക്ഷ്മമായ നിരീക്ഷണപാടവമാണ് അദ്ദേഹം ജീവിതത്തിൽ കൊണ്ടുനടന്നത് എന്നോർത്ത് അത്ഭുതവും ആദരവും മനസ്സിൽ ഉണ്ടാവുകയാണ്. അദ്ദേഹത്തിന്റെ ജീവിതത്തിന്റെയും കാഴ്ചയുടെയും അനുഭവത്തിന്റെയും അതിരുകൾ ഏറിയാൽ ആലപ്പുഴ വരെ മാത്രം നീളുന്നതായിരുന്നു. ഇത്രയും ചെറിയ ചുറ്റുവട്ടത്തിൽനിന്നും ഇത്രയധികം കഥാപാത്രങ്ങളെയും ജീവിതസന്ദർഭങ്ങളെയും കണ്ടെടുക്കണമെങ്കിൽ ആ എഴുത്തുകാരനുണ്ടായിരുന്ന നിരീക്ഷണപാടവം എത്ര വലുതായിരുന്നു എന്നോർക്കുക.

ഒരു കഥ എഴുതാൻ വേണ്ടി പ്രയാസപ്പെടുകയും എല്ലാ കഥകളും എഴുതിപ്പോയല്ലോ എന്ന് വ്യസനിക്കുകയും ഇനി എവിടെ നിന്നാണ് ഒരു കഥ കണ്ടെത്തുക എന്ന് ആകുലപ്പെടുകയും നമുക്ക് ചുറ്റും കഥകൾ ഒന്നും സംഭവിക്കുന്നില്ലല്ലോ എന്ന് സങ്കടപ്പെടുകയും ചെയ്യുന്ന എഴുത്തുകാർ, നമുക്ക് തൊട്ടടുത്ത് ജീവിച്ചിരുന്ന ഒരെഴുത്തുകാരൻ, നമ്മുടെ കണ്മുന്നിൽ ജീവിച്ചിരുന്ന ഒരാൾ, നമ്മുടെ പരിസരങ്ങളിൽ നിന്ന് കഥകൾ കണ്ടെത്തിയ കഥ പാഠപുസ്തകമാക്കേണ്ടതാണ്. തനിക്ക് ചുറ്റും ചരിത്രം സംഭവിച്ചപ്പോൾ കണ്ണു തുറന്നുനോക്കുകയും അത് സൂക്ഷ്മമായി അക്ഷരങ്ങളിലേക്ക് പകർത്തി വെയ്ക്കുകയും ചെയ്ത എഴുത്തുകാരനായിരുന്നു തകഴി എന്ന് ഞാൻ വിശ്വസിക്കുന്നു.

രസകരമായ ഒരു സംഭവം കേട്ടിട്ടുണ്ട്. കൃത്യമാണോ എന്ന് എനിക്കറിഞ്ഞുകൂടാ. പുരാണിക് എൻസൈക്ലോപീഡിയ തയ്യാറാക്കുന്ന തിരക്കിൽ ഇന്ത്യയിൽ സ്വാതന്ത്ര്യസമരം നടന്നത് ബഹുമാനപ്പെട്ട വെട്ടം മാണി അറിഞ്ഞില്ലത്രേ. അല്പം അതിശയോക്തിയോടെ പറയുന്നതാവാം. അദ്ദേഹം ഏർപ്പെട്ട പ്രവർത്തിയെക്കുറിച്ചുള്ള അഗാധമായ ഏകാഗ്രത സൂചിപ്പിക്കുന്നതിനുവേണ്ടിയാവാം ഇങ്ങനെയുള്ള അതിശയോക്തികൾ

പറയുന്നത്. പല എഴുത്തുകാരെക്കുറിച്ചും അങ്ങനെ രസമുള്ള കഥകൾ കേട്ടിട്ടുണ്ട്. എന്നാൽ ഇതുപോലെ ചെറിയ ഒരു ഗ്രാമത്തിൽ ജീവിക്കു മ്പോഴും ലോകത്തിന്റെ അതിരുകളിലേക്ക്, അവിടെ നടക്കുന്ന സംഭവ വികാസങ്ങളിലേക്ക് കണ്ണും കാതും കൂർപ്പിച്ചിരിക്കുകയും അവ തന്റെ രചനകളിലേക്കു കൊണ്ടുവരാൻ ശ്രമിക്കുകയും ചെയ്ത എഴുത്തുകാര നായിരുന്നു തകഴി എന്നാണ് എന്റെ നിരീക്ഷണത്തിൽ തോന്നിയിട്ടു ള്ളത്.

1934ൽ ആദ്യത്തെ നോവൽ വരുമ്പോൾ അതിന്റെ പേര് 'ത്യാഗത്തിന്റെ പ്രതിഫലം' എന്നായിരുന്നു. ഇന്ന് ഏതെങ്കിലും ഒരെഴുത്തുകാരൻ ത്യാഗം എന്നൊരു വാക്ക് ഒരു നോവലിന്റെ തലക്കെട്ടിൽ പോയിട്ട് ഉള്ളടക്കത്തിൽ പോലും ഉൾക്കൊള്ളിക്കുമോ എന്ന് എനിക്കു സംശയമുണ്ട്. ആ കാല ഘട്ടത്തിന്റെ കൂടി സ്പർശമുള്ള ഒരു വാക്കായിട്ടാണ് ത്യാഗത്തെ ഞാൻ കാണുന്നത്. അല്ലാതെ എഴുത്തുകാരൻ പെട്ടെന്ന് ശൂന്യതയിൽ നിന്ന് ഒരു വാക്ക് കണ്ടെത്തുന്നതല്ല. തലക്കെട്ടിനും വിഷയത്തിനും ഭാഷയ്ക്കും അതാതിന്റെ കാലഘട്ടവുമായും ജീവിതവുമായും അഗാധമായ ബന്ധ മുണ്ട്. അതുകൊണ്ടുതന്നെയാണ് 'ത്യാഗത്തിന്റെ പ്രതിഫലം' എന്ന തല ക്കെട്ടിനു പിന്നിൽ ആ കാലഘട്ടം ആഴത്തിൽ പതിഞ്ഞു കിടക്കുന്നുണ്ട് എന്ന് ഞാൻ പറയുന്നത്.

സ്വാതന്ത്ര്യസമരത്തിലേക്ക് ഇറങ്ങിപ്പുറപ്പെടുന്ന അനേകം മനുഷ്യർ ത്യാഗത്തെക്കുറിച്ച് നിരന്തരം സംസാരിച്ചുകൊണ്ടിരിക്കുകയും അത് സമൂഹത്തിന്റെ ശബ്ദമായി മാറുകയും ചെയ്ത ഒരു കാലഘട്ടത്തിലാണ് തകഴിച്ചേട്ടൻ അത്തരത്തിലുള്ള ഒരു പേര് നോവലിനു കൊടുക്കാൻ തയ്യാറാവുന്നത് എന്ന് നാം ഓർക്കേണ്ടതുണ്ട്. ഒരെഴുത്തുകാരന്റെ സാമൂഹികബന്ധത്തെയാണ് അത് അടയാളപ്പെടുത്തുന്നതും അടിവര യിടുന്നതും.

കേരളത്തിൽ നിസ്സഹകരണ പ്രസ്ഥാനംോ, ഗുരുവായൂർ സത്യാ ഗ്രഹം, കമ്യൂണിസ്റ്റ് പാർട്ടിയും രൂപീകരണവും എന്നിവ ഉൾപ്പെടെ ഒരു പിടി ചരിത്രസംഭവങ്ങൾ അരങ്ങേറിയ കാലമാണത്. വൈക്കം സത്യാഗ്ര ഹവും ഉപ്പു സത്യാഗ്രഹവും നടക്കുന്നു. നിവർത്തന പ്രക്ഷോഭം നട ക്കുന്നു. അതിനിടെ ഒന്നാം ലോകമഹായുദ്ധം കടന്നുപോകുന്നു. 1939 ആകുമ്പോഴേക്കും ലോകം രണ്ടാം ലോകമഹായുദ്ധത്തിന്റെ കെടുതി കളിലൂടെ കടന്നുപോകുന്നു. അങ്ങനെ ആകെപ്പാടെ കലുഷിതമായ ഒരു സാമൂഹികാന്തരീക്ഷം. അതിന്റെയൊക്കെ ഫലമായി പട്ടിണിയും ദാരിദ്ര്യവും കൊടികുത്തി വാഴുന്നു.

ഈ കാലഘട്ടത്തിൽ കേരളത്തിൽ ജീവിച്ചിരുന്ന മഹാന്മാരായ വ്യക്തിത്വങ്ങളെക്കുറിച്ചുകൂടി നാം ഓർമ്മിക്കേണ്ടതുണ്ട്. ചട്ടമ്പിസ്വാമി കളും ശ്രീനാരായണ ഗുരുവും വാഗ്ഭടാനന്ദനും അയ്യങ്കാളിയും പൊയ്ക യിൽ അപ്പച്ചനും ഒക്കെ ചേർന്ന് ഉഴുതുമറിച്ച പുതുമണ്ണിലേക്കാണ് തകഴി

ശിവശങ്കരപ്പിള്ള തന്റെ സാഹിത്യത്തിന്റെ വിത്തിറക്കുന്നത്. അത് പുരോഗമനപരമാകാതെ തരമില്ല. ആ മഹാരഥന്മാർ മുന്നോട്ട് വെച്ച ആശയങ്ങളെ തിരസ്കരിച്ചുകൊണ്ട്, അവ കണ്ടില്ലെന്ന് നടിച്ചുകൊണ്ട് തകഴിക്കെന്നല്ല ഒരു എഴുത്തുകാരനും പുതിയ സാഹിത്യത്തെക്കുറിച്ച് ചിന്തിക്കാനാവുമായിരുന്നില്ല. 1947ൽ 'തോട്ടിയുടെ മകൻ' പോലെയുള്ള വളരെ സാമൂഹിക പ്രസക്തിയുള്ള ഒരു രചന സംഭവിക്കുന്നതിനു പിന്നിലെ കാരണം അതാണ്. 1948ൽ രണ്ടിടങ്ങഴി വരുകയായി. ഭൂപരിഷ് കരണവുമായി ബന്ധപ്പെട്ട വിഷയങ്ങൾ അദ്ദേഹത്തെ സ്വാഭാവികമായും സ്വാധീനിച്ചതിന്റെ ഫലമായിരുന്നു അത്. ചരിത്രം എങ്ങനെയാണ് ഒരു എഴുത്തുകാരന്റെ ജീവിതത്തിൽ, അയാളുടെ രചനകളിൽ അറിഞ്ഞോ അറിയാതെയോ ഇടപെടുന്നത് എന്നതിന്റെ നേർസാക്ഷ്യങ്ങളാണ് തകഴിയുടെ ഓരോ കൃതികളും എന്ന് നമുക്ക് അതിലൂടെ മനസ്സിലാവുന്നുണ്ട്.

നിരന്തരമായി എഴുത്തിൽ ആയിരുന്നെങ്കിൽ കൂടി അതിൽ മാത്രം അഭിരമിച്ച് ഒറ്റപ്പെട്ട് ജീവിക്കുന്ന വ്യക്തി ആയിരുന്നില്ല എന്നതാണ് അദ്ദേഹത്തിന്റെ മറ്റൊരു പ്രത്യേകത. മറ്റു പല ലോക സാഹിത്യകാരന്മാരുമായി താരതമ്യം ചെയ്തു നോക്കുമ്പോൾ അത് എടുത്തു പറയേണ്ട കാര്യമാണ്. കാരണം അവരൊക്കെ വലിയ സാമൂഹിക വിഷയങ്ങൾ പറയുമ്പോഴും സമൂഹത്തിൽനിന്ന് അകന്നു ജീവിക്കുകയും പലപ്പോഴും അരാജകത്വം നിറഞ്ഞ ജീവിതശൈലിയിലൂടെ കടന്നു പോവുകയും ചെയ്തവരായിരുന്നു. സമൂഹത്തിനു മാതൃകയാക്കാൻ കൊള്ളാത്ത ഒരു പ്രവൃത്തിയും തകഴിയിൽനിന്ന് ജീവിതകാലത്ത് ഒരിക്കലും ഉണ്ടായിട്ടില്ല എന്ന് ഉറപ്പിച്ചു പറയാൻ കഴിയും. ആകെയുണ്ടായിരുന്ന ദുശ്ശീലം പിശുക്ക് ആയിരുന്നെന്ന് കേട്ടിട്ടുണ്ട്. അതാവട്ടെ ഒന്നാന്തരം കെട്ടുകഥയാണെന്ന് പിന്നെ പലരും അനുഭവങ്ങൾ നിരത്തി ഖണ്ഡിച്ചിട്ടുമുണ്ട്. ഞാൻ പറഞ്ഞു വന്നത് അടഞ്ഞ മുറിയിലെ മനോരോഗിയായ എഴുത്തുകാരൻ ആയിരുന്നില്ല തകഴി എന്നാണ്. ജനങ്ങൾക്കൊപ്പം, സമൂഹത്തിനൊപ്പം അദ്ദേഹം എന്നും ഉണ്ടായിരുന്നു. അതുകൊണ്ടാണല്ലോ മലയാളത്തിലെ തന്നെ ഏറ്റവും അധികം സന്ദർശകരുണ്ടായിരുന്ന എഴുത്തുകാരിൽ ഒരാളായി അദ്ദേഹം ജീവിച്ചത്.

വളരെ കുറച്ചുകാലം റിപ്പോർട്ടറായി അദ്ദേഹം ജോലി ചെയ്തിട്ടുണ്ട്. ദീർഘകാലം വക്കീലായി സേവനം അനുഷ്ഠിച്ചു. സാഹിത്യസഹകരണ സംഘം പോലെ ലോകത്തെവിടെയും സമാനതകളില്ലാത്ത ഒരു പ്രസ്ഥാനത്തിന്റെ രൂപീകരണത്തിലും പ്രവർത്തനത്തിലും വലിയ പങ്ക് വഹിച്ചു. പുരോഗമനസാഹിത്യ പ്രസ്ഥാനത്തിന്റെ അമരക്കാരനായി ഇരുന്നിട്ടുണ്ട്. കേരള സാഹിത്യ അക്കാദമിയുടെ പ്രസിഡന്റായും കേന്ദ്ര സാഹിത്യ അക്കാദമി നിർവ്വാഹക സമിതി അംഗമായും പ്രവർത്തിച്ചു. ഇതൊക്കെ നിങ്ങൾക്ക് പച്ചവെള്ളം പോലെ അറിയാവുന്ന കാര്യമാണ്. എന്നാലും

ഒരെഴുത്തുകാരൻ സമൂഹത്തിൽ എങ്ങനെ ഇടപെട്ട് പ്രവർത്തിച്ചു എന്ന് പറയുമ്പോൾ ഇവ ഒന്നുകൂടി ഓർമ്മിപ്പിച്ചു എന്നു മാത്രം. നിരന്തരമായ അക്ഷരപ്രവാഹത്തിനിടയിലാണ് ഇവയൊക്കെയും അദ്ദേഹം കൂടെ കൊണ്ടുനടന്നത്. അടഞ്ഞ മുറികളിലെ എഴുത്തിനു പുറത്ത് സമൂഹവുമായി ബന്ധപ്പെടാനും പുരോഗമനപ്രസ്ഥാനങ്ങളുമായി ചേർന്നു നിന്ന് പ്രവർത്തിക്കാനും അക്കാലത്തെ എഴുത്തുകാർ കാണിച്ച ആർജ്ജവത്തിന്റെയും ബോധ്യത്തിന്റെയും ഏറ്റവും നല്ല ഉദാഹരണമായി തകഴി നിലകൊള്ളുന്നു. കേശവദേവിനെപ്പോലെ, ഉറൂബിനെപ്പോലെ, കാരൂരിനെപ്പോലെ, എസ്.കെ പൊറ്റക്കാട്ടിനെപ്പോലെ, പൊൻകുന്നം വർക്കിയെപ്പോലെ സമൂഹത്തിലേക്ക് ഇറങ്ങിച്ചെല്ലാനും സമൂഹത്തിന്റെ ഭാഗമാകാനും ആ പ്രവർത്തനങ്ങളുടെ തുടർച്ചയായി എഴുത്തിനെ കാണാനുമുള്ള വലിയ മനസ്സ് അല്ലെങ്കിൽ ചിന്താപദ്ധതി തകഴിക്കും ഉണ്ടായിരുന്നു എന്നു സാരം. ആ കാലഘട്ടത്തിന്റെ പ്രത്യേകതയായി ഞാനതിനെ കാണുന്നു. പുതിയ കാലത്തിൽ എഴുത്തുകാർ അത്തരത്തിൽ സമൂഹത്തിലേക്ക് ഇറങ്ങിച്ചെല്ലുകയോ, സാമൂഹിക വിഷയങ്ങളോട് പ്രതികരിക്കുകയോ ചെയ്യുന്നില്ല എന്നതാണ് സത്യം. അതിനു പുതിയ എഴുത്തുകാർ നൽകുന്ന മറുപടി എല്ലാ വിഷയങ്ങളോടും പ്രതികരിക്കാനുള്ള ഉത്തരവാദിത്വം എഴുത്തുകാരന്റെ മാത്രമല്ലെന്നും ഒരദ്ധ്യാപകനുള്ളതുപോലെ, വക്കീലിനുള്ളതുപോലെ, പൊലീസുകാരനുള്ളതുപോലെ, പുരോഹിതനുള്ളതുപോലെ, സാധാരണപൗരനുള്ളതുപോലെയുള്ള ഉത്തരവാദിത്വം മാത്രമേ ഒരു എഴുത്തുകാരനും ഉള്ളൂ എന്നാണ്. അതിന്റെ പിന്നിലെ ശരിതെറ്റുകളെ വിശകലനം ചെയ്യാൻ ഞാനിപ്പോൾ മുതിരുന്നില്ല. എഴുത്തുകാർ കൂടുതൽ അവനവനിലേക്ക് തന്നെ ചുരുങ്ങിക്കൊണ്ടിരിക്കുന്നു എന്ന് നിസ്സംശയം പറയാം. അവന് സാധാരണയിൽ കവിഞ്ഞ സ്ഥാനം നൽകേണ്ടതില്ല എന്ന് എഴുത്തുകാരൻ തന്നെ പറയുന്ന ഈ കാലഘട്ടത്തിലൂടെ കടന്നുപോകുമ്പോൾ മഹാന്മാരായ ഈ എഴുത്തുകാർ നമുക്ക് മുന്നിൽ വെച്ച ജീവിത സാമൂഹിക ദർശനം എന്തായിരുന്നു എന്നും ഏതുവിധത്തിലാണ് അവർ ജീവിതത്തെ നോക്കിക്കണ്ടതെന്നും നാം പഠിക്കേണ്ടതുണ്ട്.

ക്രമാനുഗതമായ വളർച്ച ഉണ്ടായിരുന്ന ഒരെഴുത്തുകാരനായിട്ടാണ് തകഴിച്ചേട്ടനെ ഞാൻ നോക്കിക്കാണുന്നത്. അതൊരു പ്രത്യേകതയായി ഞാൻ നിരീക്ഷിക്കുന്നു. ഒന്നാമത്തെ കൃതിയിലൂടെ അത്ഭുതങ്ങൾ സൃഷ്ടിക്കുകയും അതിന്റെ നിഴൽ പിൻപറ്റി മറ്റു രചനകൾ നിർവ്വഹിക്കുകയും ചെയ്ത എഴുത്തുകാരനായിരുന്നില്ല അദ്ദേഹം. വളരെ താഴ്ന്ന തരത്തിൽ നിന്ന് തുടങ്ങി ക്രമാനുഗതമായി, കാലഘട്ടത്തിനനുസരിച്ച് സാമൂഹിക വിഷയങ്ങളെ ഉൾക്കൊണ്ട് വളർന്നു വളർന്ന് മുന്നോട്ടു പോകുന്ന ഒരെഴുത്തുകാരനായിരുന്നു തകഴി. അതിനെടുത്ത കാലം സുദീർഘമായിരുന്നു എന്ന് ചരിത്രം പരിശോധിച്ചാൽ മനസ്സിലാക്കാവുന്നതാണ്. ആദ്യത്തെ കൃതിയിൽ നിന്ന് തോട്ടിയുടെ മകനിലെത്താൻ

പതിനഞ്ച് വർഷമെടുത്തു. ചെമ്മീനിലെത്തുമ്പോഴേക്കും പിന്നെയും പത്ത് വർഷങ്ങൾ കൂടി പിന്നിട്ടിരുന്നു. അതിനുശേഷം എട്ടു വർഷം കൂടി കഴിഞ്ഞാണ് ഏണിപ്പടിയിൽ എത്തുന്നത്. പതിന്നാല് വർഷം കൂടി എടുത്തിട്ടാണ് കയർ പോലെയുള്ള ഒരു ബൃഹത് നോവലിൽ അദ്ദേഹം എത്തിച്ചേരുന്നത്. 1956ലാണ് അദ്ദേഹം ചെമ്മീൻ എഴുതുന്നത്. ഒരു സാധാരണ കടലോര പ്രണയകഥ എന്നതിനപ്പുറത്ത് ഒരു ഹിന്ദുമുസ്ലീം പ്രണയകഥ എന്നുകൂടി നമുക്കതിനെ വിശേഷിപ്പിക്കേണ്ടി വരും. ഇന്നത്തെ കാലത്തായിരുന്നെങ്കിൽ തകഴിച്ചേട്ടൻ ലവ് ജിഹാദിന്റെ ആളായി വിശേഷിപ്പിക്കപ്പെടുമായിരുന്നു. പക്ഷേ ആ കൃതിയിൽ മതത്തിനു ഒരു പ്രാധാന്യവുമില്ല. മതാതീതമായ സ്നേഹബന്ധത്തെ, പ്രണയത്തെ, ഹൃദയവികാരത്തെ മുന്നോട്ട് വെയ്ക്കുന്ന ഒരു കൃതി എന്ന നിലയിൽ കൂടി നാം ചെമ്മീനെ വായിക്കേണ്ടതുണ്ടെന്ന് തോന്നുന്നു. എഴുതി എഴുതി തളരുകയല്ല എഴുതി എഴുതി വളരുന്ന ഒരു അത്ഭുത സിദ്ധി ആ തൂലികത്തുമ്പിൽ നാം കാണുന്നു. ഇത്രയൊക്കെ എഴുതിയിട്ടും 1965ൽ മാത്രമാണ് അദ്ദേഹത്തിനു കേരളസാഹിത്യ അക്കാദമി പുരസ്കാരം ലഭിക്കുന്നത്. തന്റെ അൻപത്തിമൂന്നാമത്തെ വയസ്സിൽ. അതിനുശേഷം അദ്ദേഹത്തിനു പുരസ്കാരങ്ങളുടെ വലിയ ഒരു പെരുമഴ തന്നെ ഉണ്ടായി. ഇന്ത്യയിൽ സാഹിത്യത്തിനു ലഭിക്കാവുന്ന എല്ലാ നല്ല പുരസ്കാരങ്ങളും അദ്ദേഹത്തെ തേടിയെത്തി.

തകഴിയുടെ ജീവിതത്തിലൂടെയും കഥകളിലൂടെയും സുദീർഘമായി സഞ്ചരിക്കുക എന്നതല്ല ഞാനിവിടെ ഉദ്ദേശിച്ചത്. കാലം 2016ൽ എത്തി നിൽക്കുമ്പോൾ നമ്മുടെ സമൂഹം എവിടെവരെ എത്തി, ഏതു തരത്തിലാണ് നാം ഇപ്പോൾ ജീവിച്ചു പോകുന്നത്, അന്നത്തെ എഴുത്തുകാർ മുന്നോട്ടു വെച്ച ദർശനങ്ങൾ എത്രത്തോളം ഉൾക്കൊള്ളുവാൻ നമുക്ക് കഴിഞ്ഞു, അന്നത്തെ പുരോഗമന പ്രസ്ഥാനങ്ങൾ മുന്നോട്ടു വെച്ച ആശയങ്ങളോട് നമ്മൾ എങ്ങനെ പ്രതികരിക്കുന്നു എന്നിങ്ങനെയുള്ള ചോദ്യങ്ങളെ നാം ഓരോരുത്തരും സ്വയം ചോദിക്കുമ്പോഴാണ് ഇത്തരത്തിലുള്ള ഒരു സാഹിത്യക്കൂട്ടായ്മ അർത്ഥവത്താകുന്നത്. നാം ഏറെയൊന്നും മാറിയിട്ടില്ല എന്നതാണ് സങ്കടകരമായ കാര്യം.

പഴയ കാലവും ലോകവും ആവർത്തിച്ചുകൊണ്ടേയിരിക്കുന്നു. പുതിയ യുദ്ധങ്ങളും കലാപങ്ങളും പലായനങ്ങളും അഭയാർത്ഥി പ്രവാഹവും ലോകത്തിന്റെ വിവിധ ഭാഗങ്ങളിൽ അരങ്ങേറുന്നത് നാം കാണുന്നു. പുതിയ ക്ഷാമങ്ങൾ നമ്മുടെ കണ്മുന്നിൽ സംഭവിക്കുന്നു. വരൾച്ചകൾ നാം കാണുന്നു. വീടില്ലാതെ തെരുവിലേക്ക് ആട്ടിയോടിക്കപ്പെടുന്ന ജനങ്ങളുടെ എണ്ണം പെരുകുന്നു. ജാതിമത പ്രശ്നങ്ങൾ മുൻപ് എന്നത്തേക്കാളും അധികമായി നമ്മുടെ ഇടയിൽ സ്ഥാനം പിടിക്കുന്നു. പരിസ്ഥിതി നാശം പരകോടിയിൽ എത്തിനിൽക്കുന്നു. തൊഴിലില്ലായ്മ രൂക്ഷമായിക്കൊണ്ടിരിക്കുന്നു. സമൂഹത്തിൽ ക്രിമിനൽവത്കരണം ഒരു

വിപത്തായി പടരുന്നു. മയക്കുമരുന്ന് മാഫിയ പലയിടത്തും പിടിമുറുക്കുന്നു. നമ്മൾ എവിടെയാണ് വളർന്നത്? മലയാളി വളർന്ന് ഏറെ മുന്നോട്ട് പോയി യൂറോപ്യൻ നിലവാരത്തിൽ എത്തി എന്നൊക്കെ വീമ്പിളക്കുമ്പോഴും പുരോഗമനപരമായിരുന്ന ആ കാലത്തിൽ നിന്നും രണ്ടു കാതം നാം പിന്നോട്ടു സഞ്ചരിച്ചു എന്നതല്ലേ സത്യം? വ്യസനകരമായ ഈ ചോദ്യം നാം സമൂഹത്തിനോട് ഉറക്കെ ചോദിക്കേണ്ടതുണ്ട്. അതിനുള്ള ബാധ്യത നമുക്കോരോരുത്തർക്കും ഉണ്ട്.

അടുത്തിടെ മാതൃഭൂമി ആഴ്ചപ്പതിപ്പിൽ എന്റെ ഒരു കഥയുണ്ടായിരുന്നു. ബുക്കാറാമിന്റെ മകൻ എന്നാണ് ആ കഥയുടെ പേര്. ഒരിക്കലും തകഴിച്ചേട്ടന്റെ തോട്ടിയുടെ മകനെ ഓർത്തുകൊണ്ട് എഴുതിയ കഥയല്ല അത്. എന്നാൽ ആ കഥയും എന്റെ കഥയും തമ്മിൽ ഒരു താരതമ്യ പഠനം നടത്തുമ്പോൾ എന്തോ ഒരു സാമ്യം ഈ കഥകൾ തമ്മിൽ കണ്ടെത്താൻ കഴിയും. തോട്ടിയുടെ മകനിൽ ഇശുക്കുമുത്തുവും ചുടലമുത്തുവും മോഹനനും തമ്മിലുള്ള മൂന്ന് തലമുറകളുടെ കഥ പറയുകയും തോട്ടിയുടെ മകൻ തോട്ടിയായി തന്നെ ജീവിക്കാൻ വിധിക്കപ്പെടുകയും ചെയ്യുന്നു എന്ന് 1947ൽ തകഴിച്ചേട്ടൻ എഴുതിയെങ്കിൽ 2016ൽ എത്തുമ്പോൾ സമാനമായ ഒരു കഥ പറയാനാണ് ഞാൻ ശ്രമിക്കുന്നത്. സുഭാഷ് ചന്ദ്രന്റെ 'ഘടികാരങ്ങൾ നിലയ്ക്കുന്ന സമയം' എന്ന പ്രശസ്തമായ കഥ ഓർക്കുന്നുണ്ടാവുമല്ലോ. ബുക്കാറാം എന്നു പേരുള്ള ഒരു മോഷ്ടാവ് ലാത്തൂരിൽ ഭൂകമ്പം ഉണ്ടാകുന്ന സമയത്ത് അവിടെ നിന്നും ഒരു ക്ലോക്ക് മോഷ്ടിക്കാൻ ശ്രമിക്കുന്ന കഥയാണത്. അതിനു ശേഷം ഇരുപത്തിയഞ്ച് വർഷങ്ങൾ കഴിഞ്ഞ് ഒരാൾ ലാത്തൂരിൽ എത്തുകയും ബുക്കാറാമിന്റെ മകനെ കണ്ട് സംസാരിക്കാൻ ശ്രമിക്കുകയും ചെയ്യുന്നതായിട്ടാണ് എന്റെ കഥയിൽ ഞാൻ സങ്കല്പിച്ചിരിക്കുന്നത്.

2016ൽ ബുക്കാറാമിന്റെ മകൻ പറയുന്നത് മോഷ്ടാവിന്റെ മകൻ ഇപ്പോഴും മോഷ്ടാവായി തന്നെ ജീവിക്കുന്നു എന്നാണ്. ജാതി എന്നു പറയുന്നത് ഞങ്ങൾക്കിടയിൽ നിന്നും അസ്തമിച്ചു പോയിട്ടില്ല എന്നും അവൻ പറയുന്നു. തന്റെ മകൻ മോഹനൻ ഒരു തോട്ടിയായി ജീവിക്കരുത് എന്ന് ചുടലമുത്തു ആഗ്രഹിച്ചെങ്കിലും അവന്റെ വിധി മറ്റൊന്നായിരുന്നില്ല. തന്റെ മകൻ മോഷ്ടാവാകരുത് എന്നാണ് ബുക്കാറാം ആഗ്രഹിച്ചത്. പക്ഷേ 2016ൽ ബുക്കാറാമിന്റെ മകൻ മിട്ടുറാം മോഷ്ടാവായി തന്നെ ജീവിക്കാൻ വിധിക്കപ്പെടുന്നു. നമുക്കിടയിലെ ചില യാഥാർത്ഥ്യങ്ങൾ ഇപ്പോഴും അതുപോലെ തന്നെ നിലനിൽക്കുന്നു എന്ന് ഈ കഥകൾ നമ്മോട് പറയാതെ പറയുന്നുണ്ട്. ജാതി എന്ന യാഥാർത്ഥ്യം, പാവപ്പെട്ടവന്റെ മക്കൾ കൂടുതൽ പാവപ്പെട്ടവരായിക്കൊണ്ടിരിക്കുന്നു എന്ന യാഥാർത്ഥ്യം. നമുക്ക് മാറ്റമൊന്നും സംഭവിച്ചിട്ടില്ല. നിന്നിടത്തു തന്നെ നിൽക്കുന്നതേയുള്ളൂ എന്ന യാഥാർത്ഥ്യം. അവിടെ വെച്ചാണ് ചുടലമുത്തുവിനെ നാം ഓർത്തു പോകുന്നത്. ആദിവാസികളുടെയും

ദളിതരുടെയും പാർശ്വവത്കരിക്കപ്പെട്ടു പോയവരെയും നാം ഓർക്കുന്നത്. കനയ്യാ കുമാറിന്റെ പ്രസംഗം നാം ഓർത്തു പോകുന്നത്. ആത്മഹത്യ ചെയ്യാൻ വിധിക്കപ്പെട്ട രോഹിത് വെമുലയെ ഓർത്തു പോകുന്നത്. പുരോഗമനം പറഞ്ഞിട്ട് എങ്ങോട്ടും സഞ്ചരിക്കാൻ കഴിഞ്ഞില്ലല്ലോ എന്ന ദുഃഖം നമ്മിലേക്ക് കടന്നുവരുകയാണ്.

നമ്മുടെ പൂർവ്വികന്മാർ എത്രയോ കാലം സമരം ചെയ്ത് നേടിയെടുത്ത അവകാശങ്ങൾ ഓരോന്നായി നാം നഷ്ടപ്പെടുത്തി തുടങ്ങിയിരിക്കുന്നു. നമ്മിൽ നിന്ന് നീക്കിക്കളഞ്ഞ ദുരാചാരങ്ങളെ നാം മടക്കി വിളിച്ചു കൊണ്ടിരിക്കുന്നു. അയിത്തത്തെക്കുറിച്ച് നാം നാണമില്ലാതെ സംസാരിച്ചു തുടങ്ങിയിരിക്കുന്നു. ക്ഷേത്രങ്ങളിൽ ആരൊക്കെ പ്രവേശിക്കാം, ആരൊക്കെ പ്രവേശിക്കരുത് എന്ന് തിട്ടൂരമിറക്കുന്നു. പാവപ്പെട്ടവന് വീതിച്ചു കൊടുത്ത ഭൂമി വീണ്ടും പ്രഭുക്കന്മാരുടെ കൈകളിലേക്ക് മടങ്ങിയെത്തുന്നു. സമൂഹം ഏകാധിപതികളെ കൊതിക്കുന്നു. ഫാസിസം പുതിയ രീതിയിലും രൂപത്തിലും നമ്മെ കീഴടക്കാൻ എത്തുന്നു. ഇന്നലെ വരെ അളന്ന ടൂളുകൾ കൊണ്ട് നാം പുതിയ കാലത്തെയും അതിന്റെ ഫാസിസ്റ്റ് രീതികളെയും അളക്കാനും നിരീക്ഷിക്കാനും ആവില്ലെന്ന് ബ്രിട്ടനിലെ സാമൂഹിക ശാസ്ത്രജ്ഞൻ ഡേവിഡ് റെന്റോൺ പറയുന്നുണ്ട്. അതിന്റെ പ്രധാന ആയുധം കളവാണ്. ടി.വിയാണ് അതിന്റെ മാധ്യമം. പരസ്യങ്ങളിലൂടെ പോലും അത് അതിന്റെ ഒളിഅജണ്ടകളെ നമുക്കിടയിലേക്ക് കടത്തി വിടാൻ ശ്രമിക്കുന്നുണ്ട്. വലിയ ബുദ്ധിയുണ്ടെന്ന് അഭിമാനിക്കുന്ന നമ്മൾ അതൊക്കെ തിരിച്ചറിയുന്നുണ്ടോ എന്ന് സംശയമുണ്ട്. അതോ തിരിച്ചറിഞ്ഞിട്ടും മൗനം അവലംബിക്കുകയാണോ? എങ്കിൽ ചരിത്രത്തോടും സമൂഹത്തോടും ഭാവി തലമുറയോടും നാം വലിയ പാതകമാണ് ചെയ്യുന്നത് എന്നോർക്കുക.

നൂറ്റാണ്ടുകൾ സമരം ചെയ്തും ആയിരങ്ങൾ ജീവൻ ബലി കൊടുത്തും നേടിയെടുത്തതൊക്കെ ബലികഴിച്ച തലമുറ എന്നാവും ഭാവി നമ്മെ വിലയിരുത്തുക. അടുത്ത കാലത്ത് ടിവിയിൽ വന്ന ചില പരസ്യങ്ങൾ നിങ്ങൾ ശ്രദ്ധിച്ചോ എന്നറിയില്ല. ഒരു കറുത്ത പെൺകുട്ടി ഇന്റർവ്യൂവിനു പോവുകയും നിറത്തിന്റെ പേരിൽ അവൾക്ക് ജോലി നിഷേധിക്കപ്പെടുകയും ചെയ്യുന്നു. അവർ നിർദ്ദേശിക്കുന്ന ക്രീം പുരട്ടി ഏഴുദിവസം കൊണ്ട് വെളുത്തവൾ ആയി ജോലിയിൽ പ്രവേശിക്കുന്നതായിട്ടാണ് പരസ്യം. ഇന്ത്യയിൽ കറുത്തവർക്ക് ജോലിയില്ല എന്ന് പറയാൻ എങ്ങനെയാണ് ഒരു പരസ്യക്കാരന് ധൈര്യം വന്നത്? എന്നിട്ട് ആ പരസ്യം നമ്മൾ നിഷ്കളങ്കതയോടെ കണ്ടുകൊണ്ടിരിക്കുന്നു. മറ്റൊരു പരസ്യം നിങ്ങൾ അടുത്തവനെ തൊട്ടുപോയാൽ ഞങ്ങളുടെ സോപ്പ് ഉപയോഗിച്ച് ഏഴു തവണ കുളിക്കണം എന്നാണ്. അന്യനെ തൊട്ടാൽ കുളിക്കേണ്ട ഒരു കാലത്തിലേക്ക് നാം വീണ്ടും നടക്കുകയാണ്. അല്ലെങ്കിൽ നടക്കണം എന്ന് പരസ്യം നമ്മളെ ഉപദേശിക്കുകയാണ്. അന്യനെ തൊടാൻ വേണ്ടി

ദീർഘമായ സമരം ചെയ്ത പാരമ്പര്യമുള്ള മലയാളിയാണ് ഈ പരസ്യം കണ്ടുകൊണ്ട് മൗനമായിരിക്കുന്നത്. അതാരും മനസ്സിലാക്കുന്നില്ല എന്നിടത്താണ് അതിന്റെ അപകടം ഒളിഞ്ഞിരിക്കുന്നത്.

തകഴിച്ചേട്ടന്റെ ഏറ്റവും പ്രശസ്തമായ 'വെള്ളപ്പൊക്കത്തിൽ' എന്ന കഥ കൂടി നാം ഓർമ്മിക്കേണ്ടതുണ്ട്. സകല മനുഷ്യരെയും സമന്മാരാക്കുന്ന അനുഭവം എന്ന നിലയിലാണ് തകഴിയുടെ വെള്ളപ്പൊക്കം നാം വായിക്കുന്നത്. വെള്ളപ്പൊക്കത്തെ നാം ഒരിക്കലും ഒരു ശാപമായി കണ്ടിരുന്നില്ല. അത് നമ്മുടെ പ്രകൃതിയുടെ ഒരു സ്വാഭാവികത മാത്രമായിരുന്നു. നമ്മുടെ കൃഷിയിടങ്ങളെ ഫലഭൂയിഷ്ഠമാക്കുന്നതിൽ അത് വളരെ പ്രധാനപ്പെട്ട പങ്കു വഹിച്ചിട്ടുണ്ട്. എന്റെ ചെറുപ്പത്തിൽ എന്റെ നാട്ടിൽ സ്ഥിരം വെള്ളപ്പൊക്കങ്ങൾ ഉണ്ടാകുമായിരുന്നു. നാലോ അഞ്ചോ തവണയെങ്കിലും വീടൊഴിഞ്ഞു പോകേണ്ടിവന്നിട്ടുള്ള അനുഭവം ഞാനോർക്കുന്നു. എന്നാൽ കഴിഞ്ഞ ഇരുപത് വർഷമായി എന്റെ നാട്ടിൽ വെള്ളപ്പൊക്കം ഉണ്ടായിട്ടേയില്ല. വെള്ളപ്പൊക്കമെന്ന ശല്യമില്ലല്ലോ എന്നു വേണമെങ്കിൽ നമുക്ക് സന്തോഷിക്കാം. എന്നാൽ അതിലൂടെ നാം തിരിച്ചറിയേണ്ടത് കേരളം വല്ലാതെ വരണ്ടുകൊണ്ടിരിക്കുന്നു എന്ന സത്യമാണ്.

ആണ്ടിൽ ഏഴുമാസക്കാലം മഴയുള്ള ഒരു പ്രദേശത്ത് നാം വെള്ളത്തിനായി ബുദ്ധിമുട്ടുന്നു. അതിനെക്കുറിച്ച് നാം ചിന്തിക്കുന്നുണ്ടോ? ആരാണ് അതിനു കാരണക്കാർ എന്ന് ആലോചിക്കുന്നുണ്ടോ? ആലോചിക്കാൻ ഒന്നുമില്ല. നാം തന്നെ. നാമാണ് നമ്മുടെ പുഴയിലെ മണൽ മുഴുവൻ ഊറ്റിക്കൊണ്ടു പോയി അതിനെ വലിയ ഗർത്തമാക്കി തീർത്തത്. നാമാണ് കാട്ടിലെ മരം മുഴുവൻ മുറിച്ച് വിറ്റ് കാശാക്കിക്കൊണ്ടിരിക്കുന്നത്. നാമാണ് നമ്മുടെ കുളങ്ങൾ മൂടിക്കളഞ്ഞത്. നമ്മുടെ സ്വാഭാവിക തണ്ണീർത്തടങ്ങളെ ഇല്ലായ്മ ചെയ്തത്. നീരൊഴുക്കിനെ വെട്ടിമൂടിയത്. പാടങ്ങളെ കോൺക്രീറ്റ് സൗധങ്ങളായി പരിണമിപ്പിച്ചത്.

മഹാരാഷ്ട്രയിലൂടെ അടുത്തിടെ ഒരു യാത്ര നടത്തിയിരുന്നു. അവിടെ വെള്ളത്തിന്റെ പേരിൽ വലിയ പ്രശ്നങ്ങൾ നടക്കുകയാണ്. പലയിടത്തും മഴ പെയ്തിട്ട് മൂന്നു വർഷം കഴിയുന്നു. കൃഷിയിടങ്ങൾ മുഴുവൻ വരണ്ടുണങ്ങിയിരിക്കുന്നു. കർഷകർ പാടങ്ങൾ ഉപേക്ഷിച്ച്, തൊഴിലന്വേഷിച്ച് നഗരങ്ങളിലേക്ക് ചേക്കേറുന്നു. വലിയ കലാപങ്ങളിലേക്ക് ആ ദേശം നീങ്ങുകയാണ്. ഒക്കെ വെള്ളത്തിന്റെ പേരിലാണ്. വെള്ളം ദുരുപയോഗം ചെയ്യുന്ന ഐ.പി.എൽ. ക്രിക്കറ്റ് മാറ്റി വെയ്ക്കണം എന്നുപോലും ഹൈക്കോടതി അവിടെ ഉത്തരവിടുന്നു. വിദർഭയിലെ കർഷകർ മറ്റു മാർഗ്ഗങ്ങളില്ലാതെ ആത്മഹത്യയയിൽ അഭയം പ്രാപിക്കുമ്പോൾ വിദർഭ കേരളത്തിലേക്ക് ഇഴഞ്ഞെത്തുന്നുവോ എന്നൊരു ഭീതി നമ്മെ ഭരിക്കേണ്ടതുണ്ട്. വെള്ളപ്പൊക്കമില്ല എന്നതിൽ സന്തോഷിക്കുകയല്ല, ഭീതിയോടെ ചിന്തിക്കുകയാണ് വേണ്ടത്. കേരളത്തിന്റെ സമ്പത്തായിരുന്ന

വെള്ളം എങ്ങോട്ടാണ് ഊർന്നു പോയത് എന്ന്, ആരാണത് നശിപ്പിച്ചു കളഞ്ഞത് എന്ന് ആലോചിക്കുകയാണ് വേണ്ടത്. ഒരു കാലഘട്ടത്തെ അറിയുകയും അനുഭവിക്കുകയും തന്റെ രചനകളിൽ അവ സന്നിവേശിപ്പിക്കുകയും ചെയ്ത എഴുത്തുകാരനെ അനുസ്മരിക്കുക എന്നാൽ നാം നമ്മുടെ കാലഘട്ടത്തിനെ അറിയുകയും അനുഭവിക്കുകയും അതിനോട് കൃത്യമായി പ്രതികരിക്കുകയും ചെയ്യുക എന്നുള്ളതാണ്. അദ്ദേഹത്തിന്റെ രചനകളെ ഓർമ്മിക്കുകയും ചരമദിനത്തിൽ വന്ന് അവ അനുസ്മരിച്ച് മടങ്ങിപ്പോകലല്ല, നാം നമ്മുടെ കാലഘട്ടത്തെ ഓർത്ത് വേപഥു കൊള്ളുകയാണ് വേണ്ടത്.

മുണ്ടശ്ശേരി മാഷ് തകഴിയെക്കുറിച്ച് ഓർമ്മിപ്പിക്കുന്ന ഒരു കാര്യം ഭാഷയും വ്യാകരണവും പഠിച്ചിട്ടില്ല എന്ന് അദ്ദേഹം പറയും എന്നാൽ തകഴി പഠിച്ചത് ജീവിതത്തിന്റെ വ്യാകരണമായിരുന്നു എന്ന്. അതേ, ജീവിതത്തിന്റെ ഭാഷയും ജീവിതത്തിന്റെ വ്യാകരണവും പഠിച്ച എഴുത്തുകാരനായിരുന്നു തകഴി ശിവശങ്കരപ്പിള്ള. ജീവിതത്തിന്റെ ഭാഷയും വ്യാകരണവും പഠിച്ച ഒരെഴുത്തുകാരനെ ഓർമ്മിക്കുമ്പോൾ പുതിയ കാലത്തിന്റെ ജീവിതവും അതിന്റെ ഭാഷയും അതിന്റെ വ്യാകരണവും നമുക്ക് പഠിക്കേണ്ടതുണ്ട്. അതാണ് ഇന്നേ ദിവസം നമുക്ക് മുന്നോട്ട് വെയ്ക്കാൻ കഴിയുന്ന ഏറ്റവും പ്രധാനപ്പെട്ട ആശയം.

മിൽട്ടന്റെ ഫോട്ടോയെ നോക്കി ഒരിക്കൽ വില്യം വേർഡ്സ്വർത്ത് ചോദിച്ച ഒരു ചോദ്യമുണ്ട്. നിങ്ങളുടെ സാന്നിധ്യം ഏറ്റവും ആവശ്യമുള്ള ഈ കാലഘട്ടത്തിൽ എന്തുകൊണ്ടാണ് നിങ്ങൾ ഈ ഫോട്ടോയിൽ നിന്ന് പുനർജ്ജനിക്കാത്തത് എന്ന്. തകഴിയെപ്പോലെ, ബഷീറിനെപ്പോലെ, കാരൂരിനെപ്പോലെ സാമൂഹിക പ്രതിബദ്ധതയുള്ള എഴുത്തുകാർ പുനർജ്ജനിക്കേണ്ട ഒരു കാലഘട്ടത്തിൽ അവർ ഫോട്ടോയിൽ താമസിക്കുകയല്ല, നമ്മുടെ മനസ്സുകളിൽ വസിക്കുകയാണ് വേണ്ടത്. അവരുടെ ആശയങ്ങൾ ഉൾക്കൊണ്ട്, അവർ മുന്നോട്ട് വെച്ച പ്രത്യയശാസ്ത്രങ്ങളിൽ നിന്നുകൊണ്ട് ജീവിതത്തെ നോക്കിക്കാണുകയും അവരോടൊപ്പം നിന്നുകൊണ്ട് സമൂഹത്തിനുവേണ്ടി നിലകൊള്ളുകയുമാണ് വേണ്ടത്. അതാണ് കാലം ഇന്ന് നമ്മോട് ആവശ്യപ്പെടുന്നത്.

(2016ൽ തകഴി സാഹിത്യോത്സവത്തിനു തുടക്കം കുറിച്ചുകൊണ്ട്
തകഴി സ്മാരകത്തിൽ നടത്തിയ ഉദ്ഘാടനപ്രസംഗം)

കഥയുടെ സാമൂഹികപ്രസക്തി

എഴുപത്തിരണ്ട് ദിവസം നീണ്ടു നിൽക്കുന്ന ഈ പ്രഭാഷണ പരമ്പര ഓരോ ദിവസവും നമ്മുടെ പരിസരപ്രദേശങ്ങളിൽ ജീവിച്ച് മൺമറഞ്ഞു പോയ ഓരോരോ വ്യക്തിത്വങ്ങൾക്കാണ് സമർപ്പിച്ചിരിക്കുന്നത്. അതാത് ദിവസത്തെ വ്യക്തിത്വങ്ങളെ പ്രഭാഷകർക്കുതന്നെ തിരഞ്ഞെടുക്കാം എന്നൊരു സാധ്യതയും സംഘാടകർ മുന്നോട്ട് വെച്ചിരുന്നു. ഇന്നേ ദിവസം ഞാൻ ഈ പ്രഭാഷണം സമർപ്പിക്കാൻ ആഗ്രഹിക്കുന്നത് മുൻപ് ഡി.സി. ബുക്സിന്റെ പബ്ലിക്കേഷൻ മാനേജർ ആയി പ്രവർത്തിക്കുകയും പിന്നീട് റെയ്ൻബോ എന്ന സ്വന്തം പ്രസാധന സംരംഭത്തിന്റെ ഉടമയായി മാറി അത്യുജ്ജ്വലങ്ങളായ നിരവധി പുസ്തകങ്ങൾ നമുക്ക് സമ്മാനിക്കുകയും ചെയ്ത ശ്രീ രാജേഷ് കുമാറിനാണ്. അദ്ദേഹത്തിന്റെ ദീപ്തമായ സ്മരണകൾക്കു മുന്നിൽ ഞാൻ തല കുനിക്കുന്നു.

ഇന്നേദിവസം സമർപ്പിക്കുന്നതിനായി പ്രശസ്തരും പ്രഗത്ഭരുമായ ഒരു നിര എഴുത്തുകാരും സാംസ്കാരിക പ്രവർത്തകരും നമുക്ക് ചുറ്റും ഉണ്ട് എന്ന് നിങ്ങൾക്കറിയാം. സരസകവി മൂലൂർ, സാഹിത്യ നിരൂപകൻ കെ.എം. തരകൻ, കണ്ടത്തിൽ വറുഗീസ് മാപ്പിള, പ്രമുഖ പത്രപ്രവർത്തകൻ ആയിരുന്ന പോത്തൻ ജോസഫ്, മഹാകവി പുത്തൻകാവ് മാത്തൻ തരകൻ എന്നിങ്ങനെ ഒട്ടനവധി പേർ ഈ ദേശത്തെ സമ്പന്നമാക്കിയിട്ടുണ്ട്. അവർക്കിടയിൽ നിന്നും എന്തുകൊണ്ട് ശ്രീ രാജേഷ് എന്നു ചോദിച്ചാൽ ഞാനും അദ്ദേഹവുമായി ഉണ്ടായിരുന്ന ആത്മബന്ധം എന്നുതന്നെ പറയാം.

ഞാൻ സജീവമായി പ്രവർത്തിച്ചിരുന്ന ബഹ്റൈൻ കേരളീയ സമാജം രണ്ടായിരാമാണ്ടിൽ ജാലകം എന്ന പേരിൽ ഒരു സാഹിത്യ മാസികയ്ക്ക് തുടക്കം കുറിക്കുകയുണ്ടായി. അന്ന് കേരളത്തിൽ നിന്നുള്ള സാഹിത്യകാരന്മാരുടെ രചനകൾ സംഘടിപ്പിച്ചു കൊടുത്തത് രാജേഷായിരുന്നു. അത് പ്രസിദ്ധീകരിച്ചു വന്നപ്പോൾ അതിന്റെ കോപ്പികൾ കൊടുക്കാനായിട്ടാണ് ഞാൻ റെയ്ൻബോയുടെ ഓഫീസിൽ എത്തി രാജേഷിനെ കാണുന്നത്. കോപ്പികൾ കുറഞ്ഞു പോയതിന് കുറെ ചീത്ത പറഞ്ഞാണ് അദ്ദേഹം എന്നെ അവിടെ നിന്ന് വിട്ടതെങ്കിലും അതൊരു നല്ല

ആത്മബന്ധത്തിലാണ് പിന്നെ ചെന്നെത്തി നിന്നത്. പിന്നെ അവധിക്ക് വരുമ്പോഴൊക്കെ ഞാൻ അദ്ദേഹത്തെ ചെന്നു കാണുമായിരുന്നു. അങ്ങനെ ഒരു പ്രാവശ്യം കോട്ടയം ദർശന പുസ്തകോത്സവത്തിൽ റെയ്ൻബോയുടെ പത്ത് പുസ്തകങ്ങൾ ഒന്നിച്ച് പ്രകാശനം ചെയ്തപ്പോൾ അതിൽ ഒരാളായി അദ്ദേഹം എന്നെ ക്ഷണിച്ചു. പിന്നീട് എന്റെ 'പെൺമാറാട്ടം' എന്ന കഥാസമാഹാരം പ്രസിദ്ധീകരിച്ചു. എന്റെ മകൾക്ക് ആദ്യാക്ഷരം കുറിച്ചു കൊടുത്തതും അദ്ദേഹം തന്നെ. കെ.എസ് രവികുമാർ, ടി.ജെ.എസ് ജോർജ്, ഞാൻ എന്നിങ്ങനെ മൂന്ന് പന്തളത്തുകാർ ഒരേ വർഷം കേരളസാഹിത്യ അക്കാദമി പുരസ്കാരം നേടിയപ്പോൾ അദ്ദേഹം 'മൂന്ന് പന്തളീയർ' എന്ന പേരിൽ കലാകൗമുദിയിൽ വലിയ ഒരു ലേഖനം എഴുതി. അങ്ങനെ ജീവിതാവസവസാനം വരെ ആ സ്നേഹബന്ധം തുടർന്നു. അങ്ങനെ ഒരാളുടെ മുന്നിലല്ലാതെ മറ്റാരുടെ മുന്നിലാണ് ഞാൻ ഈ ദിവസം സമർപ്പിക്കുക?

കഥയുടെ സാമൂഹിക പ്രസക്തി എന്ന വിഷയത്തിൽ സംസാരിക്കുവാനാണ് സംഘാടകൻ എന്നോട് ആവശ്യപ്പെട്ടിരിക്കുന്നത്. ഏദൻ തോട്ടത്തിൽ ആദവും ഹവ്വയും കൂടി വർത്തമാനം പറഞ്ഞിരിക്കുന്ന ദിവസത്തിലേ തുടങ്ങിയതാണ് കഥയുടെ സാമൂഹിക പ്രസക്തി എന്ന വിഷയത്തിൽ ചർച്ച എന്നാണ് എന്റെ വിചാരം. അന്നും മുതൽ ഇന്നോളം എല്ലാ തലമുറയും ആ ചർച്ച തുടർന്നുകൊണ്ടിരിക്കുന്നു. ഇപ്പോൾ നമ്മൾ ചർച്ച ചെയ്യുന്നു. നാളെ നമ്മുടെ അനന്തര തലമുറയും ഇതു തന്നെ ചർച്ച ചെയ്യും. അത്രയും പ്രസക്തമാണ് ഈ വിഷയം എന്നതു കൊണ്ടാവാം എല്ലാക്കാലത്തും ഇതൊരു സജീവ വിഷയമായി നിലനിൽക്കുന്നത്.

ഇക്കാലത്തെ ചർച്ചകൾക്കിടയിലെല്ലാം ഉയരുന്ന രണ്ട് ചോദ്യങ്ങളുണ്ട്. ഒന്ന്, എഴുത്തുകാരന്റെ സാമൂഹിക പ്രതിബദ്ധത. രണ്ട്. കഥയുടെ അല്ലെങ്കിൽ സാഹിത്യത്തിന്റെ സാമൂഹിക പ്രസക്തി. ജീവൽ സാഹിത്യ പ്രസ്ഥാനം ഒക്കെ ഇവയ്ക്ക് രണ്ടിനും സാമൂഹിക പ്രതിബദ്ധത ഉണ്ടായിരിക്കണം എന്ന് വാദിച്ചതാണ്. അക്കാലത്തെ സാഹിത്യം അങ്ങനെ ഒരു ലക്ഷ്യത്തോടെയാണ് രചിക്കപ്പെട്ടതും. പിൽക്കാലത്ത് ആധുനികത അതിനെ മുച്ചൂടും തള്ളിക്കളയുന്നതും നാം കണ്ടു. എന്നാൽ ഇക്കാലത്ത് എഴുത്തുകാരന് സാമൂഹിക പ്രതിബദ്ധത ഉണ്ടാവേണ്ടതില്ല എന്നും അവൻ സാംസ്കാരിക നായകസ്ഥാനം ഏറ്റെടുക്കേണ്ടതില്ല എന്നുമാണ് ഭൂരിപക്ഷം എഴുത്തുകാരുടെയും വിശ്വാസം. എങ്കിലും അവരുടെ കഥകളിൽ സജീവമായ സാമൂഹിക പ്രതിബദ്ധത നിറഞ്ഞു നിൽക്കുന്നത് നമുക്ക് കാണാൻ കഴിയും. അതായത് എഴുത്തുകാരനു മാത്രമായി എന്തോ സവിശേഷമായ പ്രത്യേകത ഒന്നും കല്പിച്ചു കൊടുക്കേണ്ടതില്ല. ഈ സമൂഹത്തിലെ പുരോഹിതനും അധ്യാപകനും വക്കീലിനും ജഡ്ജിക്കും ഡോക്ടർക്കും ഓട്ടോക്കാരനും രാഷ്ട്രീയക്കാരനും

ഉള്ളത്ര സാമൂഹിക ഉത്തരവാദിത്വമേ എഴുത്തുകാരനും ഉള്ളൂ. അവർ ഈ സമൂഹത്തിന്റെ മുഴുവൻ ഉത്തരവാദിത്വം ചുമലിൽ പേറുന്ന ക്രിസ്തു അല്ല. അങ്ങനെ ഒരു സവിശേഷ സ്ഥാനവും അവന് ആവശ്യമില്ല. എന്നാൽ സമൂഹത്തിന്റെ പൊതുവായ, ഉയർന്ന സാംസ്കാരിക, സാമൂഹിക ബോധം അവനിലും സ്വാഭാവികമായും ഉണ്ട്. അവൻ പിന്തിരിപ്പനല്ല. അവന്റെ കഥകൾ അവനിൽ അന്തർലീനമായി കിടക്കുന്ന ആ ബോധം സമൂഹത്തോട് വിളിച്ചു പറഞ്ഞു കൊണ്ടിരിക്കുന്നു. അവർ കഥകളിൽ സൂക്ഷ്മരാഷ്ട്രീയം പ്രകടമാക്കുന്നു. അവൻ പാർശ്വവത്കരിക്കപ്പെട്ടവന്റെയും സാധാരണക്കാരന്റെയും തിരസ്കൃതന്റെയും ജീവിതം കഥകളിലേക്ക് ആവാഹിച്ചുകൊണ്ടു വന്ന് സാഹിത്യത്തിന്റെ പൂമുഖത്ത് പ്രതിഷ്ഠിക്കുന്നു. എന്നാൽ അവരുടെ മുഴുവൻ ഉടയവനും കാർന്നോനും താനാണെന്ന ഭാവം ഇല്ല താനും.

ഇതാണ് ഒരുപക്ഷേ ജീവൽസാഹിത്യത്തിൽ നിന്നും ആധുനികതയിൽ നിന്നും ഈ കാലത്തിന്റെ എഴുത്തിനെയും എഴുത്തുകാരെയും വ്യതിരിക്തമാക്കി നിർത്തുന്ന പ്രധാന ഘടകം.

പെറൂവിയൻ നോവലിസ്റ്റ് മരിയ വർഗാസ യോസ നോബൽ സമ്മാനം സ്വീകരിച്ചുകൊണ്ട് ചോദിക്കുന്നു, “എന്നെപോലെ ദരിദ്രരും അക്ഷരാഭ്യാസമില്ലാത്തവരും ധാരാളമുള്ള ഒരു രാജ്യത്ത് എഴുത്തുകാരൻ എന്ന സുഖം അനുഭവിക്കുന്നത് ഒരു അനീതിയല്ലേ?”

ലോകത്ത് എവിടെയുള്ള ഏതൊരു എഴുത്തുകാരനെക്കാളും എഴുത്തുകാരൻ എന്ന പദവിയും സുഖവും അനുഭവിക്കുന്ന ഭാഷകളിൽ ഒന്നാണ് മലയാളം എന്ന് എത്ര ഉദാഹരണങ്ങൾ ചൂണ്ടിക്കാട്ടി വേണമെങ്കിലും പറയാൻ സാധിക്കും. എഴുത്തുകാരനെ ഇത്രയധികം വിലമതിക്കുന്ന വേറെ അധികം സംസ്കാരങ്ങൾ ഉണ്ടോ? ഇവിടെ ഒരെഴുത്തുകാരൻ എന്തെങ്കിലും ഒന്ന് പറഞ്ഞാൽ പത്രങ്ങൾ അത് വലിയ തലക്കെട്ട് ആക്കും. വാചകമേളകളിൽ എടുത്തെഴുതും. സോഷ്യൽ മീഡിയ അത് കൊണ്ടാടും. ഇന്ത്യയെപ്പോലെ ദരിദ്രരും സാധാരണക്കാരും ഒക്കെയുള്ള ഒരു സ്ഥലത്ത് എഴുത്തുകാർ ഇങ്ങനെ ആഘോഷിക്കപ്പെടേണ്ടതുണ്ടോ, അതിന്റെ സുഖം എഴുത്തുകാരൻ അനുഭവിക്കേണ്ടതുണ്ടോ? അത് അനീതിയല്ലേ എന്ന് യോസയ്ക്കൊപ്പംനിന്ന് വേണമെങ്കിൽ നമുക്കും ചോദിക്കാം.

അതിനുത്തരവും യോസ തന്നെ പറയുന്നുണ്ട്. അദ്ദേഹം പറയുന്നു, “അല്ല, സാഹിത്യം പുഷ്ടിപ്പെട്ടതോടെയാണ് മനുഷ്യസമൂഹം ഉയർന്ന സംസ്കാരം സ്വാതന്ത്ര്യം, നീതി എന്നിവ സ്വായത്തമാക്കിയത്. അത് നേരത്തെ ഉണ്ടായിരുന്നതല്ല. സാഹിത്യത്തിനു നന്ദി പറയുക. അങ്ങനെ ഒരു ബോധം വളർത്തിയതിനു, അതിനു വേണ്ടി നമ്മെ പ്രചോദിപ്പിച്ചതിനു മനോഹരമായ ഭാവനകളിലൂടെ നമ്മുടെ ഉള്ളിലെ ക്രൂരതയെ

ഇല്ലായ്മ ചെയ്യാൻ സഹായിച്ചതിനും." അദ്ദേഹം തുടരുന്നു. "കഥ പറച്ചിലുകാർ കഥ പറയാൻ തുടങ്ങിയ കാലത്ത് നമ്മൾ കൂടുതൽ ക്രൂരന്മാർ ആയിരുന്നു. നമ്മൾ കൂടുതൽ ബാർബേറിയന്മാരും നിഷ്ഠുരരും ആയിരുന്നു. കഥകൾ നമ്മെ കൂടുതൽ നല്ല മനുഷ്യരാക്കി."

കഥയുടെയോ സാഹിത്യത്തിന്റെയോ സാമൂഹിക പ്രസക്തി എന്ത് എന്നു ചോദിക്കുന്നവർക്ക് ഇതിലും നല്ല മറുപടി വേറെ കൊടുക്കാനില്ല. ഞാൻ കഥകൾ വായിക്കാറില്ല, സാഹിത്യം സമയം നഷ്ടപ്പെടുത്തുന്നതാണ് വായിക്കുന്നെങ്കിൽ ചരിത്രം വായിക്കണം. പഠനഗ്രന്ഥങ്ങൾ വായിക്കണം, അറിവ് സമ്പാദിക്കണം എന്നിങ്ങനെ പറയുന്ന പല പ്രമുഖരെയും ഞാൻ കണ്ടിട്ടുണ്ട്. അവർക്ക് കൂടിയുള്ള മറുപടിയാണിത്. അറിവ് എന്നാൽ എന്താണ് എന്നൊരു ചോദ്യം ഇവിടെയുണ്ട്. അറിവ് എന്നത് ഡേറ്റകളുടെ കൂമ്പാരമാണോ നമ്മുടെ മനസ്സുകളെ പ്രകാശമാനമാക്കുന്ന ഒരു അനുഭവമാണോ എന്ന് നാം തിരിച്ചു ചോദിക്കേണ്ടിയിരിക്കുന്നു.

വാമൊഴിക്കഥകൾ, നാടോടിക്കഥകൾ, സാരോപദേശകഥകൾ, പുരാണങ്ങൾ, ഇതിഹാസങ്ങൾ, മിത്തുകൾ എല്ലാം മനുഷ്യരെ നല്ലവരാക്കാനുള്ള കർമ്മത്തിലാണ് ഏർപ്പെട്ടിരുന്നത്. രാഷ്ട്രീയം, മതം, അധികാരം, പണം എന്നിവ സ്വാധീനിച്ചതിനേക്കാൾ അധികം കഥകളും കലകളും മനുഷ്യരെ ഗുണപരമായി സ്വാധീനിച്ചിട്ടുണ്ട് എന്നു കാണാം. ഈ നാലും ചേർന്ന്, അധികാരം, മതം രാഷ്ട്രീയം പണം, എത്രയോ മനുഷ്യരെ കൊന്നിരിക്കുന്നു. എത്രയോ യുദ്ധങ്ങൾക്കും കലാപങ്ങൾക്കും ചോരപ്പുഴകൾക്കും കാരണമായിരിക്കുന്നു. എന്നാൽ കഥകൾ വായിച്ച് ഇന്നോളം ആരും ആരെയും കൊന്നിട്ടില്ല എന്നോർക്കുക. കഥകൾ മതങ്ങളായപ്പോഴാണ് അതിന്റെ പേരിൽ കൊലപാതകങ്ങൾ ആരംഭിച്ചത്. അതുകൊണ്ട് കഥകളെ കഥകളുടെ പാട്ടിനു വിടുക, അതിനെ മതങ്ങളായി ഏറ്റെടുക്കാതിരിക്കുക എന്നൊരു പാഠം കൂടി നാം ഇതിനൊപ്പം ചേർത്ത് വായിക്കേണ്ടതുണ്ട്.

കഥകൾ സമൂഹത്തിന്റെ ബോധമണ്ഡലത്തെ സൂക്ഷ്മമായി സ്വാധീനിക്കുന്നത് അവിടെ നിൽക്കട്ടെ. കഥകൾ നേരിട്ട് മനുഷ്യരെ സ്വാധീനിക്കാറുണ്ടോ? ഉണ്ട് എന്നാണ് ഇത്രകാലത്തെ അനുഭവം എന്നോട് പറയുന്നത്. ഒരു നോവൽ വായിച്ചശേഷം അല്ലെങ്കിൽ ഒരു കഥ വായിച്ചശേഷം ജീവിതം തന്നെ മാറിപ്പോയ എത്രയോ അനുഭവങ്ങൾ നാം ഇപ്പോഴും പലരിൽ നിന്നും കേൾക്കുന്നു. എന്റെ തന്നെ ആടുജീവിതം വായിച്ചശേഷം വെള്ളത്തിന്റെ ഉപയോഗത്തെപ്പറ്റി വല്ലാതെ ജാഗരൂകരായി എന്നു പറയുന്ന എത്രയോ പേരെ എനിക്ക് കണ്ടുമുട്ടാനായിട്ടുണ്ട്. ഒരു കഥ വളരെ പ്രത്യക്ഷമായി മനുഷ്യനെ സ്വാധീനിക്കുന്ന വിധമാണത്. ഒരിക്കൽ ഒരു ചെറുപ്പക്കാരൻ വിളിച്ചു. ആത്മഹത്യ ചെയ്യാൻ തീരുമാനിച്ച ഒരു പയ്യനായിരുന്നു അത്. അവൻ വിഷം വാങ്ങിക്കൊണ്ടുവന്ന്,

മുറിയടച്ച് അത് കുടിക്കാൻ തുടങ്ങുമ്പോൾ അവന്റെ ചേട്ടൻ വാങ്ങിക്കൊണ്ടു വന്ന ആടുജീവിതം മേശപ്പുറത്ത് കിടക്കുന്നു. എന്തായാലും മരിക്കാൻ ഉറപ്പിച്ചു എന്നാൽ ഏറെക്കാലമായി കേൾക്കുന്ന ഈ നോവൽ വായിച്ചിട്ട് മരിച്ചേക്കാം എന്ന് അവൻ തീരുമാനിച്ചു. ആ രാത്രികൊണ്ട് അവൻ നോവൽ വായിച്ചു പൂർത്തിയാക്കി. പിന്നെ ഒരിക്കലും മരിക്കണമെന്ന ആശ ഉണ്ടായിട്ടില്ല എന്നു പറയാനാണ് അവൻ വിളിച്ചത്.

ഒരു സ്കൂളിൽ പ്രസംഗം കഴിഞ്ഞിറങ്ങുമ്പോൾ എട്ടാം ക്ലാസിൽ പഠിക്കുന്ന ഒരു കുട്ടി എന്നെ കാണുവാനായി പടിയിൽ കാത്തു നിൽക്കുന്നു. അവളുടെ ഉപ്പ ഏറെക്കാലമായി ഗൾഫിൽ ജോലി ചെയ്യുന്നു. അവളും ഉമ്മയും എന്നും ഉപ്പയോട് വഴക്കായിരുന്നു. നിങ്ങൾ ഗൾഫിൽ പോയി സുഖിക്കുന്നു. ഞങ്ങളിവിടെ കഷ്ടപ്പെടുന്നു എന്ന്. ആ സമയത്താണ് അവൾ ആടുജീവിതം വായിക്കുന്നത്. അതോടെ അവളുടെ മനസ് മാറിപ്പോയി. അവളുടെ ഉപ്പ അവിടെ ഒരു കമ്പനിയിൽ സെക്യൂരിറ്റി ആയാണ് ജോലി ചെയ്യുന്നത്. അദ്ദേഹം എന്തുമാത്രം കഷ്ടപ്പാടും ചൂടും സഹിക്കുന്നുണ്ടാവും എന്ന് അവൾ അപ്പോഴാണ് മനസ്സിലാക്കുന്നത്. ഇനി ഒരിക്കലും ഉപ്പയോട് വഴക്കുണ്ടാക്കില്ല എന്ന് പറയാനാണ് അവൾ കാത്തു നിന്നത്.

ഒരു ഉദാഹരണം കൂടി പറയാം. ഒരിക്കൽ ഒരിടത്ത് ഒരു പരിപാടി കഴിഞ്ഞിറങ്ങുമ്പോൾ പ്രായമായ ഒരു ഉമ്മ എന്നെ കാണാൻ വന്നു. എന്റെ കൈ പിടിച്ചിട്ട് പറഞ്ഞു "ഞാൻ അന്നെ ഒന്ന് കാണാൻ വന്നതാ. എന്റെ മോൻ ഒരേ വഴക്ക്, ആകെയുള്ള അഞ്ച് സെന്റ് പുരയിടവും ചെറിയ കൂരയും വിറ്റിട്ടോ പണയം വെച്ചിട്ടോ അവന് ഗൾഫിൽ പോകണം. ഞാനവന് നൂറ്റിയിരുപത് രൂപ കൊടുത്ത് ഒരു ആടുജീവിതം വാങ്ങിച്ചു കൊടുത്തു. ഇപ്പോൾ അവൻ ഇവിടെ മീൻ വിറ്റ് സുഖമായി ജീവിക്കുന്നു." അങ്ങനെ എത്രയെത്രയോ അനുഭവങ്ങൾ. കഥകൾ ചെറുതും വലുതുമായ രീതിയിൽ മനുഷ്യമനസ്സുകളെ സ്വാധീനിക്കുന്നുണ്ട് എന്നതിന്റെ അനുഭവങ്ങൾ. പക്ഷേ എന്തുകൊണ്ടാണ് അത് പൊതുസമൂഹത്തിൽ പ്രകടമാകാത്തത് എന്നു ചോദിച്ചാൽ മൊത്തം സമൂഹത്തിന്റെ എത്രയോ ചെറിയ ശതമാനമാണ് വായനയിലേക്ക് കടന്നു വരുന്നത്. സാഹിത്യം അവരിൽ ഉണ്ടാക്കുന്ന മാറ്റം അനുഭവപ്പെടാനും മാത്രം പ്രത്യക്ഷമല്ല ആ ചെറുസമൂഹം.

കഥകൾ നിർവ്വഹിക്കുന്ന മറ്റൊരു ധർമ്മത്തെക്കുറിച്ച് പറയാം. നമ്മുടെ തന്നെ ഉള്ളിലുള്ള , സമൂഹത്തിൽ നമുക്ക് ചുറ്റും നിലനിൽക്കുന്ന എന്നാൽ നമ്മൾ ഒട്ടുമേ ശ്രദ്ധിക്കാതെ പോകുന്ന ചിലതിനെ കഥകൾ നമ്മുടെ ശ്രദ്ധയിലേക്ക് ആനയിച്ചുകൊണ്ടു വരുന്നു. ഉദാഹരണമായി സന്തോഷ് ഏച്ചിക്കാനത്തിന്റെ ബിരിയാണി എന്ന കഥ എടുക്കുക. ഒരു കാലത്ത് പട്ടിണിയിൽ നീറിയിരുന്ന ഒരു സമൂഹം ആഹാര സമൃദ്ധിയിലേക്കും ആഹാരധൂർത്തിലേക്കും മാറിയതിനെ ആ കഥ

ഓർമ്മിപ്പിക്കുന്നു. വിവാഹസൽക്കാരത്തിലെ അമിതാഹാരം നാം നിത്യവും കാണുന്നതാണെങ്കിലും ഓർക്കുന്നത് കഥ വായിക്കുമ്പോഴാണ്. അതുപോലെ തന്നെ ഇതര സംസ്ഥാന തൊഴിലാളികൾ എന്ന യാഥാർത്ഥ്യത്തെയും ആ കഥ നമ്മെ ഓർമ്മിപ്പിക്കുന്നു. അവർ ഏറെക്കാലമായി ഇവിടെ, നമുക്കിടയിൽ ഉണ്ട്. നാം അവരെ ശ്രദ്ധിക്കുന്നില്ല എന്നുമാത്രം. അവർക്കൊരു കഥയുണ്ട്, അവർക്കൊരു ജീവിതമുണ്ട്, അവർക്കും സങ്കടങ്ങളും നൊമ്പരങ്ങളും ഉണ്ട് എന്ന് ബിരിയാണി എന്ന കഥ നമ്മെ ഓർമ്മിപ്പിക്കുന്നു. ഇത് കഥയുടെ മറ്റൊരു ധർമ്മമാണ്. കാരൂരിന്റെ 'പൊതിച്ചോറ്' വായിക്കുമ്പോഴാണ് പട്ടിണി എന്ന അവസ്ഥ നമ്മുടെ മുന്നിലേക്ക് വരുന്നത്. അതിനുശേഷം പട്ടിണി നാം മറന്നു കിടക്കുകയായിരുന്നു. ബിരിയാണി എന്ന കഥ, അത് നമ്മെ ഓർമ്മിപ്പിച്ചു.

അംബികാസുതൻ മങ്ങാടിന്റെ എൻമകജെ എന്ന കൃതി വായിക്കുക. എൻഡോസൾഫാൻ ദുരന്തം എന്ന് നാം അവ്യക്തമായി ചിലത് പത്രവാർത്തകളിലൂടെ അറിയുന്നു എങ്കിൽ ആ കൃതി അതിന്റെ ഏറ്റവും ഭീകരമായ മുഖം നമുക്ക് കാട്ടിത്തരുന്നു. ജയമോഹന്റെ നൂറു സിംഹാസനങ്ങൾ, ശരൺകുമാർ ലിംബാളയുടെ അക്കർമാശി, ലക്ഷ്മൺ ഗെയ്ക്ക്വാദിന്റെ ഉചല്യ എന്നിവ വായിക്കുമ്പോഴാണ് ജാതി വ്യവസ്ഥയുടെ കാഠിന്യം നമുക്ക് ബോധ്യമാവുക. അതിലേക്ക് നമ്മുടെ നോട്ടം എത്തുക.

അങ്ങനെ എത്രയോ കൃതികൾ. എത്രയോ ബോധ്യപ്പെടുത്തലുകൾ.

നമ്മുടെ പാരിസ്ഥിതികബോധം ഉണർത്തുന്നതിൽ കഥകൾ വഹിച്ച പങ്ക് നാം ഓർക്കേണ്ടതുണ്ട്. പണ്ട് സൈലന്റ് വാലി സമരം നടത്തുമ്പോൾ സിംഹവാലൻ കുരങ്ങുകൾക്ക് വേണ്ടി സമരം ചെയ്യുന്നവർ എന്ന് കേരളം അവരെ പരിഹസിച്ചു. അതിൽ നിന്ന് നമ്മുടെ പാരിസ്ഥിതികബോധം എത്രയോ വളർന്നു.

നമ്മുടെ ഉള്ളിലെ ആത്മീയത ഉണർത്തുന്നതിൽ വിക്തർ യൂഗോയുടെ ബിഷപ്പ് മിയേൽ വഹിച്ച പങ്കിനെപ്പറ്റി നിങ്ങൾ ഓർക്കുന്നില്ലേ? അതിനോളം ഒരു ഉണർവുണ്ടാക്കാൻ ഏതു മതപ്രഭാഷണത്തിനാണ് കഴിഞ്ഞിട്ടുണ്ടാവുക?

അറിയപ്പെടാത്ത ദ്വീപുകൾപോലെ നമുക്ക് അജ്ഞാതമായിരുന്ന സ്ത്രീപക്ഷ മനസ്സുകളെ തിരിച്ചറിയുന്നതിൽ സരസ്വതി അമ്മയുടെയും മാധവിക്കുട്ടിയുടെയും സാറാജോസഫിന്റെയും കെ ആർ മീരയുടെയും കഥകളും ലീന മണിമേഖലയുടെയും കുട്ടി രേവതിയുടെയും കവിതകളും വഹിച്ച പങ്ക് എങ്ങനെയാണ് ഒരാൾക്ക് തള്ളിക്കളയാനാവുക? ഏത് മനഃശാസ്ത്രജ്ഞനാണ് അത്ര ആഴത്തിൽ അത് പറഞ്ഞു തരാനാവുക?

ചില ചരിത്ര മുഹൂർത്തങ്ങളിൽ മനുഷ്യമനസ്സ് എങ്ങനെയൊക്കെ പ്രവർത്തിച്ചു എന്നു മനസ്സിലാക്കുന്നതിൽ എൻ.എസ് മാധവന്റെ

വൻമരങ്ങൾ വീഴുമ്പോൾ, തിരുത്ത്, നാലാം ലോകം. മുംബൈ എന്നീ കഥകൾ ഓർക്കേണ്ടതുണ്ട്

മനുഷ്യരുടെ ആസക്തികളും കാമനകളും മനസ്സിലാക്കുന്നതിൽ ചരിത്രത്തിന്റെയും പുരാണങ്ങളുടെയും പുനർവായനകളിൽ ഒക്കെ കഥ അതിന്റെ ധർമ്മം നിറവേറ്റുന്നുണ്ട് എന്നാണെന്റെ പക്ഷം. കഥകൾ നിർവ്വഹിക്കുന്ന വിശാലമായ ധർമ്മങ്ങളുടെ ചെറിയ ചില ഇടങ്ങളെ മാത്രമാണ് ഞാനിവിടെ എടുത്തു കാട്ടിയത്. ഇനിയും എത്രയൊക്കെ ധർമ്മങ്ങളും അവയ്ക്കുള്ള ഉദാഹരണങ്ങളും വേറെയും എടുത്തുകാട്ടാനുണ്ട്. സമയ ദൗർലഭ്യം കാരണം ഞാനതിനു മുതിരുന്നില്ല എന്നു മാത്രം.

നഷ്ടപ്പെട്ടു പോയ കാലത്തിന്റെ വീണ്ടെടുപ്പ് എന്നൊരു ധർമ്മം കൂടി കഥകൾ നിർവ്വഹിക്കുന്നുണ്ട്. ഓർമ്മകൾ, ചരിത്രം, നാട്ടറിവുകൾ ഭാഷ എന്നിവയുടെ അമൂല്യശേഖരമാണ് ഓരോ കഥകളും നോവലുകളും. കേരളത്തിലെ ഓരോ ഗ്രാമത്തിന്റെ ഭാഷ, ജാതിയുടെ ഭാഷ അവയുടെ വേർതിരിവുകൾ. ഒക്കെ ഇതിൽ നമുക്ക് കാണാൻ കഴിയും. ആ അർത്ഥത്തിൽ നോക്കിയാൽ മനുഷ്യന്റെ തന്നെ ഏതെല്ലാം ഭാവങ്ങൾ, രീതികൾ, സ്വപ്നങ്ങൾ, ഭീതികൾ, വിചാരങ്ങൾ, സങ്കല്പങ്ങൾ എന്നിവയെല്ലാം ശേഖരിച്ചു വെച്ചിരിക്കുന്ന ഒരു ബാങ്കാണ് കഥകൾ എന്ന് നമുക്ക് കണ്ടറിയാൻ സാധിക്കും.

ജീവിതത്തിനു പ്രസക്തിയില്ലെന്ന്, കരുതലിനു ശേഖരിച്ചു വെയ്ക്കലിന്, ഓർമ്മപ്പെടുത്തലിന്, പ്രവചനങ്ങൾക്ക്, പ്രചോദനങ്ങൾക്ക് ഒന്നും പ്രസക്തിയില്ല എന്നു കരുതുന്ന ഒരാൾക്കേ കഥയ്ക്കും യാതൊരു സാമൂഹിക പ്രസക്തിയുമില്ല എന്നേ കരുതാനാവൂ. എന്റെ ബോധ്യങ്ങളും അനുഭവങ്ങളും അതല്ല പറഞ്ഞു തരുന്നത്. കഥകൾക്ക് നിശ്ചയമായും സാമൂഹിക പ്രസക്തിയുണ്ട്.

(ആചാര്യ നരേന്ദ്രഭൂഷൺ സ്മാരക പ്രഭാഷണം - ചെങ്ങന്നൂർ)

ഈ സമൂഹത്തിന് ലോകത്തിൽ എവിടെയും വേറെ ബ്രാഞ്ചുകളില്ല

കുടിയേറ്റം, അഭയാർത്ഥിത്വം, പുറത്താക്കൽ (Migration, Refugee, Exile) എന്നീ മൂന്ന് അവസ്ഥകളെയും നാം പ്രവാസം എന്ന ഒറ്റവാക്കു കൊണ്ടാണ് പൊതുവേ അടയാളപ്പെടുത്താറുള്ളത്. എന്നാൽ ഇവ മൂന്നും വേറെ വേറെ അവസ്ഥകളാണ്. മെച്ചപ്പെട്ട ജീവിതം തേടിയുള്ള, ഭൗതിക സാഹചര്യങ്ങൾ തേടിയുള്ള സഞ്ചാരങ്ങളാണ് കുടിയേറ്റം. യുദ്ധത്താലും കലാപങ്ങളാലും പ്രകൃതി ദുരന്തങ്ങളാലും സ്വന്തം ദേശം വിട്ട് ഓടി പ്പോകേണ്ടി വരുന്ന നിസ്സഹായാവസ്ഥയാണ് അഭയാർത്ഥിത്വം. സാമൂഹിക, സാമ്പത്തിക, രാഷ്ട്രീയകാരണങ്ങളാൽ ഒരുവന് സ്വന്തം ദേശം ഉപേക്ഷിക്കേണ്ടി വരുന്ന അവസ്ഥയാണ് പുറത്താക്കൽ. സത്യത്തിൽ ഗൾഫ് മലയാളികളെ ഇതിൽ ഏതു കണ്ണിയിൽ പെടുത്താം എന്നാലോചിക്കുമ്പോഴാണ് അതിന്റെ സങ്കീർണ്ണത നമുക്ക് ബോധ്യപ്പെടുന്നത്. ശരിയാണ്, നമ്മൾ മെച്ചപ്പെട്ട ജീവിതാവസ്ഥ തേടി അന്യദേശത്തേക്ക് വന്നിട്ടുള്ളവരാണ്. എന്നാൽ അത് കുടിയേറ്റമാണോ? കുടിയേറ്റങ്ങളുടെ സ്വഭാവം അനുസരിച്ച് അവ എത്തിച്ചേരുന്ന സമൂഹത്തോട് ലയിച്ചു ചേരുകയാണ് പതിവ്.

അമേരിക്കയിൽ എത്തുന്ന മലയാളി അമേരിക്കക്കാരനും ജർമ്മനിയിൽ എത്തുന്ന മലയാളി ജർമ്മനും ആയിത്തീരുന്നതുപോലെ ഗൾഫിൽ എത്തുന്ന ഒരു മലയാളിയും അറബി ആയി മാറുന്നില്ല. കാലം എത്ര കഴിഞ്ഞാലും നമ്മൾ മടങ്ങിപ്പോകേണ്ടുന്നവർ ആണ്. അപ്പോൾ നമ്മുടേത് കുടിയേറ്റമല്ല. എന്നാൽ പിന്നെ അഭയാർത്ഥിത്വമാണോ..? അല്ല. ഗൾഫിലേക്ക് വന്നവരാരും യുദ്ധംകൊണ്ടോ കലാപംകൊണ്ടോ പ്രകൃതിദുരന്തംകൊണ്ടോ ഓടിപ്പോന്നവരല്ല. എന്നുമാത്രമല്ല എപ്പോൾ മടങ്ങിച്ചെന്നാലും നമുക്ക് ഒരുപിടി മണ്ണ് അവിടെ അവശേഷിക്കുന്നുമുണ്ട്. എന്നാൽ പിന്നെ പുറത്താക്കൽ ആണോ? അതുമല്ല, കാരണം നമ്മളെ ആരെയും പ്രത്യക്ഷത്തിൽ കേരളത്തിൽ നിന്ന് ആരും പുറത്താക്കിയിട്ടില്ല. എന്നാൽ പുറത്താക്കലിനു സമാനമായ അവസ്ഥയിലൂടെ നാം കടന്നു പോയിട്ടുമുണ്ട്. എഴുപതുകളിലെ രാഷ്ട്രീയ, സാമ്പത്തിക

പ്രശ്നങ്ങൾ, അരക്ഷിതാവസ്ഥ, തൊഴിൽ പ്രശ്നങ്ങൾ, ജാതി വിവേചനം ഒക്കെ ഗൾഫിലേക്കുള്ള ഇറങ്ങി പുറപ്പെടലിനെ ത്വരിതപ്പെടുത്തിയിട്ടുണ്ട്. അപ്പോൾ കുടിയേറ്റമാണോ, അഭയാർത്ഥിത്വമാണോ, പുറത്താക്കലാണോ എന്നറിയാത്ത ഒരു പ്രഹേളികയാണ് ഗൾഫ് പ്രവാസം. ഇങ്ങനെ ഒരു സമൂഹം ലോകത്തിൽ തന്നെ അത്യപൂർവ്വമാണ്. അമേരിക്കയിൽ തൊഴിൽ തേടി എത്തിയിട്ടുള്ള മെക്സിക്കൻ ജനത കഴിഞ്ഞാൽ ലോകത്തിലെ തന്നെ ഏറ്റവും വലിയ ഡയസ്പോറ ഗൾഫിലുള്ള മലയാളികൾ തന്നെ. പണ്ട് ചിതറിപ്പാർത്തിരുന്ന ജൂതന്മാരുടെ സമൂഹത്തെ വിശേഷിപ്പിക്കുന്ന പേരായിരുന്നു ഡയസ്പോറ എന്നത്. ഇന്ന് ലോകത്തെവിടെയും പ്രവാസജീവിതം നയിക്കുന്ന സമൂഹങ്ങളെ ഡയസ്പോറ എന്നാണ് വിശേഷിപ്പിക്കുന്നത്. മൂന്നിൽ ഒന്ന് കേരളം ഗൾഫിലാണ് എന്നറിയുമ്പോഴാണ് നമ്മുടെ ഡയസ്പോറയുടെ വലുപ്പം നാം തിരിച്ചറിയുന്നത്. ഈ സമൂഹത്തിന്റെ അനുഭവങ്ങൾ അത്രയും മലയാളിയുടെ തന്നെ ഏത് ഇതര കുടിയേറ്റ സമൂഹങ്ങളിൽ നിന്നും വ്യത്യസ്തമാണ്. ഗൾഫിലേക്കുള്ള യാത്രകൾക്ക് എന്നും രണ്ടു മുഖമുണ്ടായിരുന്നു. ഒന്ന് ഗഫൂർക്ക ദോസ്തുമാരുടെ സഹായത്തോടെ ഗോർഫക്കാൻ കുന്നിൻ ചെരുവുകളിൽ വന്നിറങ്ങിയവരുടെ സംഘം. മറ്റേത് എഞ്ചിനീയറിംഗ്, ആതുര സേവന മേഖലകളിൽ വിമാനങ്ങളിൽ പറന്നിറങ്ങിയവരുടെ സംഘം. 1932ൽ ബഹ്റൈൻ എന്ന രാജ്യത്ത് അഞ്ഞൂറിലധികം മലയാളികൾ ജോലി ചെയ്തിരുന്നതായി രേഖകൾ ഉണ്ട്. അവരിൽ നിരവധി മലയാളികളും ഉണ്ടായിരുന്നു.

1946ൽ കുവൈത്തിലെ എണ്ണ ഖനന മേഖലയിൽ അഞ്ഞൂറിനും അറുനൂറിനും ഇടയിൽ മലയാളികൾ ജോലി ചെയ്തിരുന്നു. പിന്നീട് എഴുപതുകളിലാണ് മലയാളികളുടെ വലിയ വർദ്ധനവ് ഉണ്ടാവുന്നത്. എങ്ങനെയാണ് മലയാളികളുടെ വലിയ കൂട്ടം ഇവിടെ എത്തിപ്പെട്ടത് എന്ന് നിങ്ങൾ ആലോചിച്ച് നോക്കിയിട്ടുണ്ടോ? മനുഷ്യൻ മനുഷ്യനെ ഇത്രമേൽ സഹായിച്ച കഥ അധികമൊന്നും വേറെ പറയാനില്ല. അയൽക്കാരന്റെ, ബന്ധുവിന്റെ, കൂട്ടുകാരന്റെ, പരിചയക്കാരന്റെ ഒക്കെ സഹായത്തിലാണ് ബഹുഭൂരിപക്ഷം മലയാളികളും ഗൾഫിൽ എത്തിപ്പെട്ടത്. അതിൽ നമുക്ക് ജാതി, മതചിന്തകൾ ഒന്നും ഉണ്ടായിരുന്നില്ല. താൻ രക്ഷപ്പെട്ടു എങ്കിൽ തന്റെ കൂടെയുള്ളവനും രക്ഷപ്പെടണം എന്ന ചിന്ത മാത്രമായിരുന്നു അതിന്റെ പിന്നിൽ ഉണ്ടായിരുന്ന ഘടകം. ബോംബയിൽ നിന്ന് വിമാനം കയറിപ്പോരുന്ന ഓരോരുത്തനും തന്റെ കൂട്ടുകാരനും സഹമുറിയനും കൊടുത്തിരുന്ന വാഗ്ദാനം ഞാനവിടെ എത്തിയാലുടൻ നിനക്കൊരു വിസ എന്നതായിരുന്നു. അത് വെറും പൊയ്വാക്കായിരുന്നില്ല. അത് പാലിക്കപ്പെടാനുള്ള സത്യവാക്കുകൾ ആയിരുന്നു. ഇത് ഗൾഫ് പ്രവാസത്തിനു മാത്രം അവകാശപ്പെടാവുന്ന അനുഭവമാണ്. അങ്ങനെ അപരനെ സഹായിക്കാൻ മുന്നിൽ നിന്നവർക്ക് അവരുടെ സ്ഥാനവും പദവിയും പണവും ഒന്നും പ്രശ്നമായിരുന്നില്ല. മാനേജരേക്കാൾ അധികം വിസ ഓഫീസ് ബോയ് സംഘടിപ്പിച്ചയച്ചു. എഞ്ചിനീയറേക്കാൾ അധികം ലേബറും.

എന്റെ ഓഫീസിൽ കുഞ്ചു എന്നു പേരായ ഒരു പയ്യൻ ഉണ്ടായിരുന്നു. ചായക്കൊടുപ്പും കാറ് കഴുകലും ആയിരുന്നു പണി. കമ്പനിയിൽ ആളെ എടുക്കുന്നു എന്നു കേട്ടാൽ അന്നു മുതൽ മുതലാളി ഓഫീസിൽ നിന്ന് മടങ്ങുന്ന നേരം നോക്കി കുഞ്ചു കാറ് കഴുകാൻ പോകും. മുതലാളി കാറിൽ കയറാൻ വരുമ്പോൾ കുഞ്ചു തല ചൊറിഞ്ഞു നിന്ന് വിസ ചോദിക്കും. സഹികെട്ട് മുതലാളി ഒന്നോ രണ്ടോ വിസ കുഞ്ചുവിനു കൊടുക്കും. അങ്ങനെ എത്ര പരിചയക്കാരെ ആണെന്നോ കുഞ്ചു ഗൾഫിൽ എത്തിച്ചത്. അങ്ങനെ അനേകം കുഞ്ചുമാരുടെ വിശാലമായ മനസ് കൊണ്ടാണ് ഗൾഫിൽ ഇത്രയധികം മലയാളികൾ എത്തിപ്പെട്ടത് എന്ന് സംശയലേശമന്യേ പറയാൻ കഴിയും.

മറ്റൊരു പ്രധാനപ്പെട്ട കാര്യം, ഇത്രയധികം ആളുകൾ കേരളത്തിൽ നിന്ന് പുറപ്പെട്ടു പോയത് നമ്മുടെ തൊഴിൽ, ജാതി ബന്ധത്തെ സാരമായി ഉടച്ചു വാർക്കുന്നതിന് സഹായിച്ചിട്ടുണ്ട്. പണ്ട് ഓരോ തൊഴിലും ഓരോ ജാതിക്ക് വേർതിരിച്ചു കൊടുത്തതായിരുന്നു. ആശാരിപ്പണി ഒരു ജാതിക്ക്, മേസ്തരിപ്പണി മറ്റൊരു ജാതിക്ക്, സ്വർണ്ണപ്പണി ഇനിയും മറ്റൊരു ജാതിക്ക്. ഗൾഫ് പണത്തിന്റെ പ്രൗഢി ആ ജാതി വിവേചനത്തെ സമ്പൂർണ്ണമായി റദ്ദു ചെയ്തു കളഞ്ഞു. ഗൾഫിലുള്ള ഒരാളോട് നിന്റെ ജോലി എന്താ എന്നു ചോദിച്ചാൽ അബുദാബിയിൽ ആണെന്ന് പറയും. തൊഴിൽ സ്ഥലപ്പേരാകുന്ന അപൂർവ്വ പ്രതിഭാസമാണ് ഗൾഫ്. അവധിക്ക് ചെന്നവൻ ഉണ്ടാക്കിയ ബംഗ്ലാവും വാങ്ങിക്കൂട്ടിയ സ്ഥലവും കണ്ട് കണ്ണു തള്ളി നിൽക്കാനല്ലാതെ അവനോട് ജാതി ചോദിക്കാനോ തൊഴിലു ചോദിക്കാനോ ആരും ധൈര്യപ്പെട്ടില്ല. അവൻ ചെയ്യുന്ന തൊഴിലിന്റെ പേരിൽ ജാതി അധിക്ഷേപം നടത്താനും ആർക്കും തന്റേടമുണ്ടായില്ല. അങ്ങനെ നോക്കിയാൽ നവോത്ഥാന നായകർ സൃഷ്ടിച്ച നവോത്ഥാനത്തേക്കാൾ വലിയ ജാതി ഉച്ചാടനം നടത്തിയത് ഗൾഫ് പണമാണ്. അത് കേരളം അടയാളപ്പെടുത്തേണ്ട സംഗതിയാണ്.

ഗൾഫ് പ്രവാസത്തിന്റെ മറ്റൊരു സവിശേഷത, അത് സാഹോദര്യത്തിന്റെയും സഹവർത്തിത്വത്തിന്റെയും ഒരു വലിയ മാതൃക സൃഷ്ടിച്ചു എന്നതാണ്. ലേബർ ക്യാമ്പുകളിലും മലയാളികൾ ഒന്നിച്ച് താമസിക്കുന്ന ഫ്ളാറ്റ് സമുച്ചയങ്ങളിലും ആണ് അത് കാണാൻ കഴിയുക. മൂന്നു തട്ടുള്ള കട്ടിലിൽ ജാതി, മത, ദേശ, രാഷ്ട്രീയ ഭേദങ്ങൾ മറന്ന് മനുഷ്യർ ഒന്നു ചേർന്നു ജീവിക്കുന്ന കാഴ്ച എത്ര മനോഹരമാണ്. വെറുതെ ജീവിക്കുന്നതിലും ആഹാരം പങ്കിടുന്നതിലും മാത്രം അത് അവസാനിക്കുന്നില്ല. അവന് ഒരു വീട് വെയ്ക്കുന്നതിന്, പെങ്ങളെ കെട്ടിക്കുന്നതിന്, മക്കളുടെ വിദ്യാഭ്യാസത്തിന്, അമ്മയുടെ ചികിത്സയ്ക്ക് പണം ആവശ്യമായി വന്നാൽ സഹായിക്കുന്നത് ആരാണ്? കൂടെ താമസിക്കുന്ന പാവപ്പെട്ടവൻ. അവന് ഒരാവശ്യം വന്നാൽ ഇവനും ഇവന് ഒരാവശ്യം വന്നാൽ അവനും മനസ്സറിഞ്ഞു സഹായിക്കുന്ന മലയാളിയെ കാണണമെങ്കിൽ

ഗൾഫിൽ എത്തണം. കേരളത്തിൽ തല ഉയർത്തി നിൽക്കുന്ന വീടുകൾ, നമ്മൾ അഭിമാനിക്കുന്ന ആരോഗ്യം, വിദ്യാഭ്യാസം ഒക്കെ ഉണ്ടായത് ഒരാളുടെ തനിയെ അധ്വാനത്തിൽ നിന്നല്ല പരസ്പരമുള്ള സഹായത്താലാണ്. വേറെ എവിടെക്കാണാൻ കിട്ടും നമുക്ക് ഇത്തരത്തിൽ ഒരു മാതൃക?

കേരളത്തിലെ ജീവിത നിലവാരത്തെക്കുറിച്ച് പറഞ്ഞു. അത് അങ്ങ് യൂറോപ്യൻ നിലവാരത്തിലേക്ക് ഉയരാൻ കാരണമായത് ഗൾഫ് പ്രവാസമാണെങ്കിൽ നമ്മുടെ വിദ്യാഭ്യാസ നിലവാരം ഉയർത്തുന്നതിലും ഗൾഫ് പണം സുപ്രധാനമായ പങ്ക് വഹിച്ചിട്ടുണ്ട്. ഗൾഫ് മലയാളി ഏറ്റവും വലിയ നിക്ഷേപം നടത്തിയത് മക്കളുടെ വിദ്യാഭ്യാസത്തിനാണ്. അതിന്റെ വില അവനറിയാമായിരുന്നു. അതിൽ ഏറ്റവും പുരോഗമനകരമായ കാര്യം പെൺകുട്ടികളെ വിദ്യാഭ്യാസം ചെയ്യിക്കാൻ, സമൂഹത്തിന്റെ മുൻധാരയിലേക്ക് കൊണ്ടുവരാൻ അവൻ മടികാണിച്ചില്ല എന്നു മാത്രമല്ല ഉത്സാഹം കാട്ടുകയും ചെയ്തു എന്നതാണ്. സാമൂഹികമായ എന്തൊരു വലിയ വിപ്ലവമായിരുന്നു അതെന്ന് ഓർത്തു നോക്കൂ. നാം പോലും അറിയാതെ നാം ഒരു വിപ്ലവത്തിന് പങ്കാളിയാവുകയായിരുന്നു എന്ന് ഓരോ ഗൾഫ് മലയാളിക്കും അഭിമാനിക്കാം. തന്റെ കഠിനാധ്വാനം ഒട്ടും വ്യർത്ഥമായില്ല എന്ന് സമാശ്വസിക്കാം.

എത്തിപ്പെട്ട രാജ്യങ്ങളിലെ സമസ്ത മേഖലകളിലും ജോലിയെടുക്കുന്ന മലയാളിയെ കാണണമെങ്കിൽ ഗൾഫിൽ തന്നെ എത്തണം. മറ്റു ഏതു ദേശങ്ങളിലേക്ക് പോയ മലയാളിയുടെയും തൊഴിലിടങ്ങൾക്ക് പരിധിയും പരിമിതിയും ഉണ്ടായിരുന്നു. എന്നാൽ ഗൾഫിൽ അതുണ്ടായതേയില്ല. മനേജർ മുതൽ ക്ലീനർ വരെ, എഞ്ചിനിയർ മുതൽ ഹെൽപ്പർ വരെ കച്ചവടം മുതൽ അടുക്കളപ്പണി വരെ. എവിടെയാണ് മലയാളി ഇല്ലാത്തത്?

മലയാളിയുടെ അർപ്പണ മനോഭാവം, വിശ്വാസ്യത, കഠിനാധ്വാനം, പ്രായോഗിക ബുദ്ധി എന്നിവയാണ് സർവ്വ ഇടങ്ങളിലേക്ക് പടർന്നു കയറാനും അവിടെ പിടിച്ചു നിൽക്കാനും അവനെ സഹായിച്ചത്. ഗൾഫ് ഇതിനോടകം എത്രയധികം ജനസമൂഹങ്ങളെ പരീക്ഷിച്ചു നോക്കിയതാണ്. ചൈനക്കാർ, കൊറിയക്കാർ, നേപ്പാളികൾ, ഈജിപ്തുകാർ, സിറിയക്കാർ, പലസ്തീനികൾ, ആഫ്രിക്കൻ വംശജർ. പലരെയും ഉൾക്കൊള്ളാനാവാതെ ഗൾഫ് മടക്കി അയച്ചു. പലർക്കും ഗൾഫിനെ ഉൾക്കൊള്ളാനാവാതെ സ്വയം മടങ്ങിപ്പോയി. എന്നാൽ ആരൊക്കെ വന്നിട്ടും ആരൊക്കെ പോയിട്ടും ഗൾഫിൽ മലയാളിയുടെ മാത്രം വില ഇടിഞ്ഞിട്ടേയില്ല. ഈ നീണ്ട കാലയളവിൽ ഒരിക്കൽ പോലും മലയാളിയെക്കുറിച്ച് ഒരു മോശം വാക്ക് പറയാൻ അവൻ അവസരം കൊടുത്തിട്ടില്ല. ജാതി, മത, വർണ്ണ വ്യത്യാസങ്ങൾക്ക് അതീതമായാണ് ഗൾഫ് ദേശം മലയാളി എന്ന സ്വത്വത്തെ അംഗീകരിക്കുന്നതും സ്വീകരിക്കുന്നതും.

കഴിവല്ലാതെ മറ്റൊന്നിന്റെയും പേരിൽ ഒരു മലയാളിയും എവിടെയും മാറ്റി നിർത്തപ്പെട്ടിട്ടില്ല. മലയാളിയുടെ കയ്യിൽ പണവും പണിയും ഏല്പിച്ച് എവിടെ വേണമെങ്കിലും പോയി വരാം എന്നത് ഗൾഫിലെ ഓരോ അർബാബുമാരുടെയും തകരാത്ത വിശ്വാസമാണ്. അതാണ് ഈ തൊഴിൽനഷ്ടങ്ങളുടെ കാലത്തും ഗൾഫിൽ മലയാളിയെ പിടിച്ചുനിർത്തുന്ന മൂലധനം.

എന്റെ അൽ അറേബ്യൻ നോവൽ ഫാക്ടറി എന്ന നോവലിൽ ഗൾഫിലെ മലയാളിയെ ഓർത്ത് അദ്ഭുതപ്പെടുന്ന ഒരു കനേഡിയൻ പത്രപ്രവർത്തകൻ ഉണ്ട്. രണ്ടും മൂന്നും പതിറ്റാണ്ടു നീളുന്ന സന്ന്യാസ തുല്യമായ ബാച്ച്ലർ ജീവിതത്തെക്കുറിച്ചാണത്. കുടുംബത്തിനുവേണ്ടി സ്വന്തം ജൈവ തൃഷ്ണകളെ ബലികൊടുക്കാൻ തയ്യാറാവുന്ന മറ്റൊരു സമൂഹവും ഇന്ന് നിലവിൽ ഇല്ല എന്നു തന്നെ പറയാം. ഒന്നും രണ്ടും വർഷമല്ല ആയുസ് മുഴുവൻ നീളുന്ന ഒരു സമർപ്പണമാണത്. വേണമെങ്കിൽ അവന് ശമനങ്ങൾ തേടി വേറെ വഴി അന്വേഷിക്കാമെങ്കിലും ഭൂരിപക്ഷവും വിരഹത്തിന്റെ നോവും സുഖവും അനുഭവിച്ച് സ്വയം നീറിയൊടുങ്ങുകയാണ് ചെയ്യുന്നത്. മഹാത്മാഗാന്ധിജിയെക്കുറിച്ച് പണ്ട് ഐൻസ്റ്റീൻ പറഞ്ഞതുപോലെ ഇങ്ങനെ ഒരു ജനവിഭാഗം ഭൂമിയിൽ ഉണ്ടായിരുന്നു എന്ന് ഭാവിയിൽ ആരെങ്കിലും വിശ്വസിക്കുമെന്നുപോലും തോന്നുന്നില്ല. അത്തരത്തിൽ സങ്കീർണ്ണമായ ഒരു ജീവിതാനുഭവമാണത്.

നെരിപ്പോടിനു തീ പകരാനും ഒരു കഷണം തേങ്ങയ്ക്ക് വേണ്ടിയും അയൽവക്കങ്ങളെ ആശ്രയിച്ചിരുന്ന ഒരു കാലത്താണ് മലയാളി ഭാഗ്യം തേടി ഇതര ദേശങ്ങളിലേക്ക് യാത്ര ആരംഭിക്കുന്നത്. അതിൽ നിന്ന് നാം എത്രയോ ആയിരം മടങ്ങ് വളർന്നു എങ്കിൽ അതിനു ഒരേയൊരു കാരണം ഗൾഫ് തന്നെയാണ്. മറ്റൊരു മലയാളി ഡയ്സ്പോറ സമൂഹവും കേരളത്തിനോട് ഇത്ര ആഴത്തിൽ ബന്ധം സൂക്ഷിക്കുന്നില്ല. ഗൾഫിലെ സവിശേഷമായ സാഹചര്യമാണ് അതിനു കാരണമെങ്കിലും ഇത് അന്യമായ ഒരു സമൂഹമാണ് എന്ന് നിസ്സംശയം പറയാൻ സാധിക്കും. പരസ്യഭാഷയിൽ പറഞ്ഞാൽ ഈ സമൂഹത്തിനു ലോകത്തിൽ എവിടെയും വേറെ ബ്രാഞ്ചുകൾ ഇല്ല.!

(2018 ൽ ദുബായ്യിൽ നടന്ന ലോകകേരള സഭയിൽ 'പ്രവാസ കേരളം ഒരു മിഡിൽ ഈസ്റ്റ് അനുഭവം' എന്ന വിഷയത്തിൽ നടത്തിയ പ്രഭാഷണം)

അകത്തെ ക്രിസ്തു
പുറത്തെ ക്രിസ്തു

ഈ വർഷത്തെ ക്രിസ്തുമസ് നാളുകളിൽ എല്ലാ പള്ളികളിലും വായിക്കുന്നതിനുവേണ്ടി അമേരിക്കയിലെ മെത്തഡിസ്റ്റ് ചർച്ച് ഒരു കത്ത് വിതരണം ചെയ്തു. അതിൽ ഇങ്ങനെയാണ് പറയുന്നത്: ഇക്കഴിഞ്ഞ വർഷക്കാലം മാത്രം നമ്മുടെ രാജ്യത്തിന്റെ, അമേരിക്കയുടെ അതിർത്തിയിൽ അയ്യായിരത്തി അഞ്ഞൂറ് കുട്ടികൾ അവരുടെ മാതാപിതാക്കളിൽ നിന്ന് വേർതിരിക്കപ്പെടുകയും അവരെ ഡിറ്റൻഷൻ സെന്ററുകളിൽ ആക്കുകയും ചെയ്തു. ആ കുഞ്ഞുങ്ങളുടെ മാതാപിതാക്കൾ നമ്മുടെ രാജ്യത്തേക്ക് അഭയാർത്ഥിത്വം അന്വേഷിച്ചു വന്നു എന്നതായിരുന്നു അതിനു കാരണം. ലോകത്തിലെ ഏറ്റവും പ്രശസ്തമായ അഭയാർത്ഥി കുടുംബം ഏതാണെന്ന് നിങ്ങൾക്കോർമ്മയുണ്ടോ? ജോസഫും മറിയവും യേശുവും അടങ്ങുന്ന തിരുകുടുംബം ആയിരുന്നു അത്. യേശു ജനിച്ച് അധികം കഴിയും മുൻപേ അവർക്ക് മിസ്രേമിലേക്ക് ഓടിപ്പോകേണ്ടി വന്നു. അങ്ങനെ ഓടിച്ചെല്ലുമ്പോൾ യേശുവിനെ തന്റെ മാതാപിതാക്കളിൽ നിന്ന് വേർതിരിച്ച് ഏതെങ്കിലും ഡിറ്റെൻഷൻ സെന്ററിലേക്ക് അയച്ചിരുന്നു എങ്കിൽ നിങ്ങൾ അതിനോട് എങ്ങനെ പ്രതികരിക്കുമായിരുന്നു? നാളെ നമ്മുടെ രാജ്യത്തേക്ക് വരുന്ന ഏതെങ്കിലും ഒരു അഭയാർത്ഥി കുടുംബം നിങ്ങളുടെ വീടിന്റെ വാതിൽ മുട്ടി വിളിച്ചാൽ അത് തുറന്നു കൊടുക്കാൻ നിങ്ങൾ തയ്യാറാവുമോ? ഇല്ലെങ്കിൽ ഈ ക്രിസ്തുമസ് ആഘോഷം കൊണ്ട് എന്തു പ്രയോജനം?

പ്രിയപ്പെട്ടവരേ, ലോകമെമ്പാടും അഭയാർത്ഥിത്വം എന്നത് വലിയ ഒരു പ്രശ്നമായി നീറിക്കൊണ്ടിരിക്കുന്ന ഒരു കാലത്താണ് നാം ക്രിസ്തുമസ് ആഘോഷിക്കുന്നതിനുവേണ്ടി ഇവിടെ ഒത്തുകൂടിയിരിക്കുന്നത്. നമ്മുടെ ഈ ദേശത്ത് അത് സാധ്യമായതിൽ നാം നന്ദിയുള്ളവരായിരിക്കുക. എത്രയോ ദേശങ്ങളിൽ എത്രയോ മനുഷ്യർക്ക് അത് സാധ്യമാവുന്നില്ല. ഇക്കഴിഞ്ഞ വർഷം മാത്രം ഏഴ് കോടി ജനങ്ങൾ സ്വന്തം ദേശം വിട്ട് അന്യദേശങ്ങളിലേക്ക് ഓടിപ്പോയിരിക്കുന്നു എന്ന് കണക്കുകൾ പറയുന്നു. സിറിയ, പലസ്തീൻ, ലെബനോൻ, ഇറാക്ക്, കോംഗോ, സുഡാൻ,

ഉഗാണ്ട, ബർമ്മ, ആ രാജ്യങ്ങളുടെ പട്ടികയിങ്ങനെ നീളുകയാണ്. യുദ്ധ ങ്ങൾ, കലാപം, പ്രകൃതിദുരന്തകൾ, പട്ടിണി ഒക്കെ അതിനു കാരണമാ യിട്ടുണ്ട്. ഈ പലായനത്തിനിടയിൽ മരിച്ചു വീണ മനുഷ്യർ എത്ര. അ വരുടെ പ്രതീകമായി നിൽക്കുന്ന അലൻ കുർദി എന്ന ബാലനെ നമുക്ക് ഓർക്കാം.

നമ്മുടെ അനേകം മക്കൾ അന്യദേശങ്ങളിലേക്ക് കുടിയേറിപ്പോയി ട്ടുണ്ടെങ്കിലും അഭയാർത്ഥിത്വത്തിന്റെ പ്രവാസത്തിന്റെ സങ്കടങ്ങൾ ഒരി ക്കൽ പോലും അനുഭവിക്കേണ്ടി വന്നിട്ടില്ലാത്ത ഭാഗ്യം ചെയ്തവരാണ് നമ്മൾ. അതിന്റെ കാഠിന്യം എന്താണെന്ന് നമുക്കൊരിക്കലും മനസ്സിലാ യിട്ടുമില്ല. ഞാനൊരു അനുഭവം പറയാം.

എന്റെ ആടുജിവിതം എന്ന സിനിമയുടെ ഷൂട്ടിംഗുമായി ബന്ധപ്പെട്ട് ഞാൻ കുവൈത്തിൽ നിന്ന് ജോർദ്ദാൻ എന്ന രാജ്യത്തേക്ക് വിമാനത്തിൽ സഞ്ചരിക്കുകയാണ്. എയർഹോസ്റ്റസ് ആഹാരം കൊണ്ടുവന്നു. എല്ലാ വരും കഴിച്ചു. ഞാൻ കഴിച്ചു തീർന്നപ്പോൾ ഒരു പാത്രത്തിൽ ഒരു കഷണം റൊട്ടി അധികം വന്നു. അപ്പോൾ അത്രനേരം എന്നെ ശ്രദ്ധി ക്കാതെ അടുത്തിരുന്ന ഒരു അറബ് പൗരൻ എന്നെയും എന്റെ പാത്ര ത്തിലേക്കും നോക്കിയിട്ട് എന്നോട് ചോദിച്ചു, “നിനക്ക് ഈ റൊട്ടി ആവശ്യമുണ്ടോ?” “ഇല്ല ഞാൻ കഴിച്ചു കഴിഞ്ഞു” എന്ന് ഞാൻ മറു പടി പറഞ്ഞു. “എങ്കിൽ ഞാനിതെടുക്കുകയാണ്”, അയാൾ പറഞ്ഞു. ഞാനയാൾക്ക് ആ റൊട്ടിയും ബാക്കി വന്ന ഒരു കഷണം ബട്ടറും കൊടുത്തു. അയാൾ ഒരു മടിയും കൂടാതെ അത് വാങ്ങിക്കഴിച്ചു. എത്ര വിശന്നിരിക്കുകയാണെങ്കിലും ഒരു അപരിചിതന്റെ പാത്രത്തിൽ ബാക്കി വന്ന റൊട്ടി വാങ്ങിക്കഴിക്കാൻ എന്റെ അഹന്ത സമ്മതിക്കില്ല എന്ന താണ് സത്യം. അത് മനസ്സിലാക്കിയിട്ടെന്നോണം അയാൾ പറഞ്ഞു, “നീ ഒരിക്കലും ഒരു അഭയാർത്ഥി ക്യാമ്പിൽ ഒരു കഷണം റൊട്ടിക്കുവേണ്ടി ക്യൂ നിന്നിട്ടുണ്ടാവില്ല. അതുകൊണ്ടാണ് നിനക്ക് ഈ നഷ്ടപ്പെടുത്തുന്ന റൊട്ടിയുടെ വില മനസ്സിലാവാത്തത്.” അയാൾ പറഞ്ഞു, “ഞാൻ നിന്നി ട്ടുണ്ട്. സിറിയയിൽനിന്ന് ഓടിവന്ന് മൂന്ന് വർഷക്കാലം ജോർദ്ദാനിലെ ഒരു അഭയാർത്ഥി ക്യാമ്പിൽ ജീവിച്ചവനാണ് ഞാൻ. എനിക്കറിയാം ഒരു കഷണം റൊട്ടിയുടെ വില എന്താണെന്ന്.” ഈ കഥ കേൾക്കുമ്പോഴും നമുക്ക് അത് മനസ്സിലായിക്കൊള്ളണം എന്നില്ല. എന്നാൽ കഴിഞ്ഞ വെള്ളപ്പൊക്കകാലത്ത് കഷ്ടിച്ച് ഒരാഴ്ചക്കാലം വീട് വിട്ടു നിൽക്കേണ്ടി വന്നതിന്റെ വേദന എത്രയായിരുന്നു എന്ന് നമ്മളിൽ ചിലർക്കെങ്കിലും അറിയാം. ജീവിതത്തിൽ ഒരിക്കലും തിരിച്ചു ചെല്ലാൻ ഒരു വീടില്ലാതായി പ്പോകുന്നവന്റെ വേദന, സങ്കടം, എത്രയായിരിക്കും എന്ന് ആലോചിച്ചു നോക്കൂ.

ക്രിസ്തുമസ് ആഹ്ലാദങ്ങളുടേതാണ്. പുൽക്കൂട് ഒരുക്കിയും ട്രീ അലങ്കരിച്ചും സ്റ്റാർ തൂക്കിയും കരോൾ ഗാനങ്ങൾ പാടിയും കേക്ക്

മുറിച്ചും വൈൻ കുടിച്ചും ആഘോഷിക്കുന്ന ദിവസങ്ങൾ. അതിനിടയിൽ ഇത്തരം സങ്കടകഥകൾ പറയാമോ എന്ന് നിങ്ങളിൽ ചിലരെങ്കിലും സന്ദേഹിക്കുന്നുണ്ടാവും. നമുക്ക് ചുറ്റും ഈ ലോകത്തിൽ നടക്കുന്ന തൊന്നും അറിയാൻ നാം മിനക്കെടുന്നില്ല എങ്കിൽ നമ്മുടെ ആഘോഷ ങ്ങൾ വ്യർത്ഥം എന്നേ എനിക്ക് പറയാനുള്ളൂ. കാരണം മെത്തഡിസ്റ്റ് ചർച്ചുകാരുടെ നോട്ടീസിൽ സൂചിപ്പിച്ചതുപോലെ പലായനവും അഭയാർ ത്ഥിത്വവും പൂർണ്ണമായ അർത്ഥത്തിൽ അനുഭവിച്ച ഒരാളുടെ ജന്മദിന മാണ് നിങ്ങളിവിടെ കൊണ്ടാടുന്നത് എന്നതുതന്നെ.

പേരു ചാർത്തപ്പെടാൻ വേണ്ടി അന്യദേശത്തേക്ക് പുറപ്പെട്ട ഒരു കുടുംബമാണ് തങ്ങാൻ എവിടെയും ഇടം കിട്ടാതെ രാത്രി മുഴുവൻ അല ഞ്ഞത്. ഒടുവിൽ കാലിത്തൊഴുത്തിൽ ഇടം കണ്ടെത്തേണ്ടി വന്നത്. ആ ഓർമ്മയിൽ നിന്നുകൊണ്ടാവാം അവൻ, ക്രിസ്തു പിന്നെ പറയുന്നത്, കുറുനരികൾക്ക് കുഴികളും ആകാശത്തിലെ പറവകൾക്ക് കൂടുകളും ഉണ്ട്, മനുഷ്യപുത്രന് തല ചായ്ക്കാൻ ഇടമില്ല എന്ന്. ഇത് വായിച്ച നമ്മൾ അന്നാട്ടിലെ ജൂതന്മാരെ മുഴുവൻ പഴിക്കും. മനുഷ്യപ്പറ്റില്ലാത്ത വർഗ്ഗങ്ങൾ എന്നു ശപിക്കും. എന്നാൽ ഞാൻ ചോദിക്കട്ടെ, സഹോദരാ സഹോദരീ, നാളെ ഒരിക്കൽ നമ്മുടെ ഗ്രാമത്തിൽ വാടകയ്ക്ക് താമസി ക്കുന്ന ഒരു ബംഗാളിക്കോ തമിഴയോ ഒരാവശ്യം വന്നാൽ അവർക്കു വേണ്ടി വാതിൽ തുറന്ന് കൊടുക്കാൻ നമ്മളിൽ എത്രപേർ തയ്യാറാവും? അകലെ നടക്കുന്ന കാര്യങ്ങളെ ഓർത്ത് ദേഷ്യപ്പെടാനും ശപിക്കാനും നമുക്ക് കഴിയും. എന്നാൽ ഉള്ളിലേക്ക് നോക്കുമ്പോഴാണ് നമുക്ക് മുഖം താഴ്ത്തേണ്ടി വരുന്നത്.

യിസ്രായേലിന്റെ എക്കാലത്തെയും വലിയ പ്രാർത്ഥന ഞങ്ങളെ പ്രവാസത്തിൽ നിന്നും വിടുവിക്കേണമേ എന്നായിരുന്നു. പക്ഷേ അതിന്റെ രക്ഷകൻ പിറന്നുവീണ നിമിഷം തന്നെ അന്യദേശത്തേക്ക്, മിസ്രേമി ലേക്ക്, ഓടിപ്പോകേണ്ടി വന്നു. യുദ്ധമല്ല, പട്ടിണിയല്ല, പ്രകൃതി ദുരന്ത മല്ല, അധികാരഭ്രാന്തിനെ പേടിച്ചായിരുന്നു ആ പലായനം. ഏതു നിമി ഷവും തങ്ങളുടെ മകൻ കൊല്ലപ്പെടും എന്ന ഭീതിയിൽ പ്രാണൻ തല്ലി യുള്ള ആ മാതാപിതാക്കളുടെ ഓട്ടം നിങ്ങൾ ഒരു തവണയെങ്കിലും സ്വപ്നം കണ്ടു നോക്കിയിട്ടുണ്ടോ? എപ്പോഴാണ് അതെന്ന് കൂടി ഓർമ്മി ക്കണം, പ്രസവം കഴിഞ്ഞ് ഏതാനും മണിക്കൂറുകൾക്കുള്ളിൽ. ഇവി ടെയും ധാരാളം സ്ത്രീകൾ കൂടിയിട്ടുണ്ട്. പ്രസവിച്ചിട്ടുള്ളവർ. പക്ഷേ അമ്പത്താറു ദിവസം കഴിയാതെ കിടക്കയിൽ നിന്ന് ഒന്നെഴുന്നേൽക്കുക പോലും ചെയ്യാത്തവരാണ് ഭൂരിപക്ഷവും എന്നെനിക്കുറപ്പ്. അപ്പോ ഴാണ് ആ അമ്മയുടെ ഓട്ടം അത്രയും മഹത്തരം ആയിത്തീരുന്നത്. ഓർമ്മിക്കപ്പെടേണ്ടത് ആയി മാറുന്നത്. ചരിത്രത്തെ ഓർമ്മയിൽ നിന്ന് അടർത്തിക്കളഞ്ഞിട്ടുള്ള ഒരു ആഘോഷവും ഭൂഷണമല്ല എന്ന് നിശ്ചയ മായും നാം ഓർമ്മിക്കേണ്ടതുണ്ട്.

ഇന്ന് ക്രിസ്തുമസുകളെല്ലാം xmasകളായി മാറിക്കൊണ്ടിരിക്കുന്നു എന്നൊരു നിരീക്ഷണം അടുത്തിടെ വായിച്ചു. ക്രിസ്തുവിന്റെ സ്ഥാനത്ത് എക്സിനെ പ്രതിഷ്ഠിക്കുന്ന ഒരു പ്രത്യേക ആഘോഷമാണത്. കണക്കിൽ നമുക്കറിയാം എക്സ് എന്നാൽ അജ്ഞാതമായത് എന്നാണെന്ന്. ഇവിടെ എക്സ് എന്നാൽ കച്ചവടമാകാം, മദ്യപാനമാകാം, പൊളിയായ ആഘോഷങ്ങളാവാം, എന്തുമാകാം. അമേരിക്കയിലാണ് ഇത് പ്രയോഗിച്ചുകൊണ്ടിരിക്കുന്നത്. കാരണം അവിടുത്തെ ബഹുഭൂരിപക്ഷം ക്രിസ്ത്യാനികളും പ്രൊട്ടസ്റ്റന്റുകൾ ആണ്. അവർക്ക് ക്രിസ്തുമസ് ഇല്ല. എന്നാലും ആഘോഷം പൊടിപൊടിക്കേണ്ടേ? കച്ചവടം തകർക്കേണ്ടേ? അതിനുവേണ്ടി കണ്ടുപിടിച്ചതാണ് ഈ എക്സ് ആഘോഷം. അപ്പോൾ പിന്നെ എന്തും ആകാമല്ലോ.

കഴിഞ്ഞ വർഷം ഇതേസമയം ഞാനൊരു യൂറോപ്യൻ യാത്രയിൽ ആയിരുന്നു. തണുപ്പും മഞ്ഞും ഒക്കെ ചേർന്ന് പ്രത്യേക ഒരു അന്തരീക്ഷമാണ് അവിടെ. എങ്ങും ആഘോഷം. വഴിനീളെ ദീപാലങ്കാരങ്ങൾ. പടുകൂറ്റൻ ക്രിസ്തുമസ് മരങ്ങൾ, വലിയ പുൽക്കൂടുകൾ, മനംമയക്കുന്ന ലൈറ്റ് ആന്റ് സൗണ്ട് ഷോകൾ. വലിയ ജനക്കൂട്ടം.അവരുടെ പാട്ടുകൾ. എല്ലാം ഒന്ന് കാണേണ്ടതുതന്നെയാണ്. ആ ആഘോഷങ്ങൾക്കു നടുവിൽ ഒരു സന്ധ്യയ്ക്ക് ഞാൻ ഒരു ദേവാലയത്തിന്റെ ഉള്ളിലേക്ക് കടന്നു ചെന്നു. മദ്ധ്യകാല ക്രിസ്ത്യാനിറ്റിയുടെ പ്രൗഢി അത്രയും വിളിച്ചോതുന്ന വാസ്തുശില്പകലയുടെ സർവ്വ ഔന്നത്യവും വിളിച്ചോതുന്ന മനോഹരമായ ഒരു ദേവാലയം. പക്ഷേ അതിനുള്ളിൽ പ്രാർത്ഥിക്കാൻ ആരുമില്ല. പ്രായമായവർ ഒന്നോ രണ്ടോ മാത്രം അവിടവിടെ ഇരിപ്പുണ്ട്. അത്രേയുള്ളൂ.

ആഘോഷസ്ഥലത്ത് ആൾക്കൂട്ടവും ആരാധനാസ്ഥലത്ത് ശൂന്യതയുമാണ് യൂറോപ്പിന്റെ ക്രിസ്തുമസ്. എല്ലാവർക്കും പുറത്തെ ക്രിസ്തുവിനെ മതി. അകത്തെ ക്രിസ്തുവിനെ എല്ലാവരും കൈയ്യൊഴിഞ്ഞിരിക്കുന്നു. ബൈബിളിൽ ഉടനീളം നമുക്ക് രണ്ട് ക്രിസ്തുവിനെ കാണാൻ സാധിക്കും. പുറത്തെ ക്രിസ്തുവും അകത്തെ ക്രിസ്തുവും.

പുറത്തെ ക്രിസ്തു, അഞ്ചപ്പം കൊണ്ട് അയ്യായിരങ്ങളെ തൃപ്തിപ്പെടുത്തുന്നവനാണ്. കുരുടൻ കാഴ്ച കൊടുക്കുന്നവനാണ്. തളർവാത രോഗിയോട് കിടക്ക എടുത്ത് നടക്കാൻ പറയുന്നവനാണ്. മരിച്ചവനെ ഉയർപ്പിക്കുന്നവനാണ്.

എന്നാൽ അകത്ത് മറ്റൊരു ക്രിസ്തു ഉണ്ട്. പലായനങ്ങളുടെ, പ്രവാസത്തിന്റെ, കണ്ണീരിന്റെ, പ്രാർത്ഥനയുടെ, വേദനയുടെ, ഗദ്സമനിലെ ധ്യാനത്തിന്റെ, ചമ്മട്ടിഅടിയുടെ, ക്രൂശുമരണത്തിന്റെ ഒരു ക്രിസ്തു.

എന്നാൽ നമുക്ക് ഇന്ന് പുറത്തെ ക്രിസ്തുവിനെ മതി. എല്ലാം തരുന്നവനായ ക്രിസ്തു. അദ്ഭുതങ്ങളുടെയും രോഗശാന്തിയുടെയും ക്രിസ്തു.

അകത്തെ ക്രിസ്തുവിനെ നാം എന്നേ മറന്നുകളഞ്ഞിരിക്കുന്നു. എന്നാൽ അകത്തുള്ളതുകൊണ്ടാണ് അവന് പുറത്ത് പ്രകാശിക്കാൻ കഴിഞ്ഞത്. ഇവ തമ്മിൽ വേർതിരിക്കാൻ കഴിയാവുന്നതല്ല. ധ്യാനമുള്ളതുകൊണ്ടാണ് അദ്ഭുതം ഉള്ളത്. സഹനമുള്ളതുകൊണ്ടാണ് ഉയിർത്തെഴുന്നേല്പുള്ളത്.

ഉള്ളിലെ ആ ക്രിസ്തുവിനെ തിരഞ്ഞു ചെന്നിട്ട് എത്രകാലമായി എന്ന് നാം നമ്മോടു തന്നെ ചോദിക്കേണ്ടതുണ്ട്. ആവശ്യങ്ങൾ ഒന്നുമില്ലാതെ, കാരണങ്ങൾ ഒന്നുമില്ലാതെ മനുഷ്യകുലത്തിനുവേണ്ടി നീറിപ്പുകയുന്ന ഒരു ക്രിസ്തുവിനെ കാണാൻ.

നമ്മളിന്ന് പള്ളിയിൽ പോകുന്നതിന്, ധ്യാനം കൂടുന്നതിന്, പ്രാർത്ഥിക്കുന്നതിന്, തീർത്ഥാടനങ്ങൾ നടത്തുന്നതിന്, കാണിക്ക സമർപ്പിക്കുന്നതിന് ഒക്കെ ഒരു കാരണമുണ്ട്. നമുക്കെന്തെങ്കിലും പകരം കിട്ടണം എന്നൊരു നിബന്ധനയുണ്ട്. ഇല്ലെങ്കിൽ നാം ഇതൊക്കെ അനുഷ്ഠിക്കാൻ തയ്യാറാവുമോ എന്നൊരു ചോദ്യം നാം സ്വയം ചോദിക്കേണ്ടതുണ്ട്.

തിരുജനനത്തിന്റെ ആ നാളിൽ കിഴക്കു നിന്നു വന്ന മൂന്ന് വിദ്വാന്മാർ ഉണ്ട്. അവർ എന്തെങ്കിലും അദ്ഭുതം തേടി വന്നവരല്ല. അവർ ക്രിസ്തുവിനെ കണ്ട് വണങ്ങാൻ വേണ്ടി മാത്രം വന്നവരാണ്. അവരുടെ കൈവശമുള്ള പൊന്നും നൂറും കുന്തിരിക്കവും കാഴ്ച വെയ്ക്കാൻ വന്നവരാണവർ. അതിന്റെ ആഹ്ലാദം മാത്രമായിരുന്നു അവരുടെ ലക്ഷ്യം. അവർ ഹേരോദാ രാജാവിനെ മുഖം കാണിച്ച് ചോദിക്കുന്നത് എവിടെ ഞങ്ങളുടെ രാജാവ് എന്നാണ്. ലോകത്തിന്റെ മുഴുവൻ രാജാവാണ് എന്ന് നടിച്ചിരിക്കുന്ന ഒരുത്തന്റെ മുന്നിൽ ചെന്നു നിന്നിട്ടാണ് ഞങ്ങളുടെ രാജാവ് എവിടെ എന്ന് ചോദിക്കുന്നത്. അതിന് സാമാന്യധൈര്യമൊന്നും പോരാ. ലക്ഷ്യങ്ങൾ ഒന്നുമില്ലാത്തവനു മാത്രം സാധ്യമാകുന്ന കാര്യമാണത്.

അതിനുശേഷം അവനെ കാണാനായി ആട്ടിടന്മാർ വരുന്നു. അവർക്കും പിന്നെ സവിശേഷാൽ അനുഗ്രഹം എന്തെങ്കിലും കിട്ടിയതായി ബൈബിൾ പറയുന്നില്ല. അവരുടെ നൂറ് ആടുകൾ ആയിരമായി വർദ്ധിച്ചെന്നോ, അവർക്ക് വലിയ മണിമാളികകൾ സമ്മാനമായി ലഭിച്ചു എന്നോ ഒന്നും. ദൈവത്തെ കാണാൻ ഇറങ്ങിപ്പുറപ്പെട്ടാൽ എന്തെങ്കിലും ഒക്കെ തടയണം എന്നത് നമ്മുടെ മാത്രം ചിന്തയാണ്. അതിനപ്പുറത്ത് ക്രിസ്തുവിന്റെ സന്തോഷം കാണുവാൻ വേണ്ടി നാം എന്നാണ് ഒരു പുൽക്കൂടെങ്കിലും സന്ദർശിക്കുക?

പ്രസിദ്ധനായ ഗ്രീക്ക് എഴുത്തുകാരൻ നിക്കോസ് കസൻദ് സാക്കീസ് ഒരു അനുഭവം പറയുന്നുണ്ട്. ഒരിക്കൽ അദ്ദേഹവും ഒരു സുഹൃത്തും കൂടി ഒരു ഗ്രീക്ക് സന്ന്യാസിമഠം സന്ദർശിക്കാൻ പോയി. അവിടെ ചെന്നപ്പോൾ അ മഠം നിറയെ ക്രൂശിതനായ ക്രിസ്തുവിന്റെ രൂപങ്ങൾ. അത് കണ്ട് അത്ര ഇഷ്ടപ്പെടാതെ അവിടുത്തെ മഠാധിപതിയോട് സാക്കിസ്

ചോദിച്ചു. ഇതെന്താണ് ക്രിസ്തു ഇങ്ങനെ ക്രൂശിൽ തൂങ്ങിക്കിടക്കുന്നത്, അവന് അതിൽ നിന്നും താഴെ ഇറങ്ങാൻ സമയമായില്ലേ എന്ന്. മഠാധിപതി പറഞ്ഞു, "ക്രിസ്തു ഇപ്പോഴും ക്രൂശിൽ തന്നെ". ലോകത്തിൽ നിന്ന് സങ്കടങ്ങൾ, അത്രയും വേദനകൾ, അത്രയും യാതനകൾ, അത്രയും പട്ടിണി അത്രയും തുടച്ചു മാറ്റപ്പെടുന്നുവോ അന്ന് ക്രിസ്തു ഈ ക്രൂശിൽ നിന്ന് താഴെ ഇറങ്ങും. അതുവരെ അവൻ ഇവിടെ ഇങ്ങനെ വേദന അനുഭവിച്ച് കിടക്കും എന്ന്.

സാക്കിസും സ്നേഹിതനും മഠത്തിനു പുറത്തുവന്നു. എന്നിട്ട് സാക്കിസ് തന്റെ സ്നേഹിതനോട് പറഞ്ഞു. "അദ്ദേഹം പറഞ്ഞത് ശരിയാണ്. ബൈബിളിൽ നാം പലതരം ക്രിസ്തുവിന്റെ ഭാവങ്ങൾ കാണുന്നുണ്ട്. കരയുന്നവനായ ക്രിസ്തു, സങ്കടപ്പെടുന്നവനായ ക്രിസ്തു. ദേഷ്യപ്പെടുന്നവനായ ക്രിസ്തു, ശകാരിക്കുന്നവനായ ക്രിസ്തു. എന്നാൽ നാം ഒരിക്കലും ചിരിക്കുന്നവനായ ക്രിസ്തുവിനെ ബൈബിളിൽ കാണുന്നതേയില്ല. ക്രിസ്തു ചിരിക്കണമെങ്കിൽ ലോകത്തിൽ നിന്ന് സർവ്വ അനീതിയും നീങ്ങിപ്പോകണം. സങ്കടവും കണ്ണീരും പട്ടിണിയും അകന്നുപോകണം. അപ്പോൾ അവൻ ചിരിക്കും. അവനെ ചിരിപ്പിക്കുക എന്നതാണ് മാനവകുലത്തിന്റെ കടമ."

ബൈബിളിൽ ദൈവം മനുഷ്യനോട് ചോദിച്ച മൂന്ന് പ്രധാനപ്പെട്ട ചോദ്യങ്ങളുണ്ട്.

നീ എവിടെയാണ്?

നിന്റെ സഹോദരൻ എവിടെയാണ്?

നിന്റെ കുരിശ് എവിടെയാണ്?

ഇത് കേൾക്കുമ്പോൾ നമുക്ക് ആദമിനെപ്പോലെ നാണിച്ചും ഭയന്നും മരത്തിന്റെ പിന്നിൽ ഒളിക്കേണ്ടി വരുന്നു എങ്കിൽ ക്രിസ്തു നമുക്കൊപ്പം ചിരിക്കില്ല എന്നുറപ്പ്. നമ്മുടെ ആഹ്ലാദങ്ങൾക്കും പാട്ടുകൾക്കും കേക്കുകൾക്കും ഒപ്പം അവൻ ഉണ്ടാവുകയില്ല എന്ന് ഉറപ്പ്. നിന്റെ സഹോദരൻ എവിടെ എന്ന് ചോദിക്കുമ്പോൾ ദാ, ദൈവമേ, അവൻ ഇന്ന് എന്നോടൊപ്പം ഈ അത്താഴം പങ്കിടാൻ ആഹാരമേശയിലുണ്ട് എന്ന് പറയുവാൻ നമുക്ക് കഴിയേണ്ടതുണ്ട്. അത് ലോകത്തിൽ എവിടെ നിന്നുള്ള സഹോദരൻ ആയാലും. ലോകം ഇന്ന് നേരിടുന്ന അഭയാർത്ഥിത്വം എന്ന പ്രശ്നത്തെ നമുക്ക് അങ്ങനെ അഭിമുഖീകരിക്കേണ്ടതുണ്ട്. അതിനുവേണ്ടി ഈ ക്രിസ്തുമസ് നാളിൽ നമുക്ക് നമ്മുടെ ഹൃദയങ്ങളുടെ വാതിലുകളെ മലർക്കെ തുറന്നിടാം.

(കോഴഞ്ചേരി സെന്റ് തോമസ് മാർത്തോമാ
വലിയ പള്ളിയിൽ നൽകിയ ക്രിസ്തുമസ് സന്ദേശം)

അധ്യാപനം എന്ന കല

വെറും സാധാരണ വിദ്യാർത്ഥികളോടല്ല, നാളത്തെ അധ്യാപകരോടാണ് ഞാൻ ഇന്ന് സംസാരിക്കാൻ പോകുന്നത് എന്നത് ഏറെ സന്തോഷമുള്ള കാര്യമാണ്. എന്നാൽ നിങ്ങൾ ഏറ്റെടുത്തിരിക്കുന്നത് ഭാരിച്ച ഒരു ഉത്തര വാദിത്വമാണെന്ന ബോധ്യത്തോടെ ഈ പഠനത്തിലേക്ക് കടന്നു വന്ന എത്രപേർ നിങ്ങളുടെ ഇടയിലുണ്ട് എന്ന് ആരായാൻ ഞാൻ ആഗ്രഹിക്കുന്നു. അധ്യാപനത്തെ ഒരു തൊഴിൽ എന്ന നിലയിലാണോ അതോ ഒരു സാമൂഹിക ദൗത്യം എന്ന നിലയിലാണോ നിങ്ങൾ നോക്കിക്കാണുന്നത്? രണ്ടായാലും നാളത്തെ ഇന്ത്യയെ അല്ല ലോകത്തെ വാർത്തെടുക്കാനുള്ള ചുമതലയാണ് വരും വർഷങ്ങളിൽ നിങ്ങൾ ഓരോരുത്തരും ഏറ്റെടുക്കാൻ പോകുന്നത്.

ലാറ്റിനമേരിക്കയിലെ വലിയ എഴുത്തുകാരൻ ഡേവിഡ് ടോസ്കാന അടുത്തിടെ ന്യൂയോർക്ക് ടൈംസിലെഴുതിയ ഒരു ലേഖനത്തിന്റെ തലക്കെട്ട് The coutnry that stopped reading എന്നാണ്. അതിൽ അദ്ദേഹം പറയുന്നത് എന്റെ ചെറുപ്പകാലത്ത് എന്റെ ദേശത്ത് പഠിപ്പുള്ളവർ വരെ കുറവായിരുന്നു, എന്നാൽ അറിവുള്ളവർ ധാരാളം ഉണ്ടായിരുന്നു. എന്നാലിന്ന് പഠിപ്പുള്ളവർ ധാരാളവും അറിവുള്ളവർ വളരെ കുറവുമായി വന്നിരിക്കുന്നു. ആരാണ് അതിനു കുഴപ്പക്കാർ? എന്തുകൊണ്ടാണ് വിദ്യാർത്ഥികൾ ഇങ്ങനെ മണ്ടന്മാരായി തീർന്നുകൊണ്ടിരിക്കുന്നത്? എന്തുകൊണ്ടാണ് അവർ സാമൂഹിക ദ്രോഹികളും അരാഷ്ട്രീയവാദികളുമായി മാറുന്നത്? അദ്ദേഹം പറയുന്നു എന്റെ രാജ്യത്തെ ഉത്തരവാദിത്വം മറന്നുപോയ അധ്യാപകരാണ് അതിനു കാരണക്കാർ. അവർക്ക് വിദ്യാർത്ഥികളുടെ മനസ്സിൽ സ്ഥാനം പിടിക്കാൻ കഴിയുന്നില്ല. ആഴ്ചയിൽ അഞ്ചു ദിവസം നിങ്ങളെ വിശ്വസിച്ച് ഞങ്ങളുടെ കുട്ടികളെ നിങ്ങൾക്ക് ഏല്പിച്ചു തന്നിട്ട് നിങ്ങൾ തിരിച്ചു സമ്മാനിക്കുന്നതെന്താണ്? കുറച്ച് അക്രമികളുടെയും സാമൂഹിക ദ്രോഹികളുടെയും കൂട്ടങ്ങളെയോ? ഈ ലോകത്തെമ്പാടുമുള്ള അധ്യാപകരോടുള്ള ചോദ്യമായി മാറുന്നുണ്ട്.

ടോടോചാൻ എന്ന പുസ്തകം നിങ്ങൾ വായിച്ചിട്ടുണ്ടാവും എന്ന് ഞാൻ കരുതുകയാണ്. അതിലെ റ്റോമോ എന്ന വിദ്യാലയവും

അവിടുത്തെ സൊസുകു കൊബയാഷി എന്ന അധ്യാപകനെയും ആരാണ് മറക്കുക? അധ്യാപനം എന്നത് എന്നതിന്റെ ഏറ്റവും വലിയ ഉദാഹരണമായി ആ അധ്യാപകൻ നമുക്ക് മുന്നിൽ വന്നു നിൽക്കുന്നുണ്ട്. അടുത്തിടെ ഒരു വീഡിയോ നിങ്ങളും കണ്ടു കാണും. തമിഴ്നാട്ടിൽ ഒരധ്യാപകൻ സ്ഥലം മാറിപ്പോകാൻ തുടങ്ങുമ്പോൾ കരഞ്ഞു കെട്ടിപ്പിടിച്ചുകൊണ്ട് തടയുന്ന കുട്ടികൾ. നമ്മുടെ എത്ര അധ്യാപകരോട് നമുക്ക് ആ വികാരം ഉണ്ടാവും? അവർ ഇവിടെ നിന്ന് പോകല്ലേ എന്ന് ആഗ്രഹിക്കും?

ഒരു ടിന്റുമോൻ കഥ കേട്ടത് ഓർമ്മ വരികയാണ്. ഒരിക്കൽ ടിന്റുമോന്റെ ടീച്ചറെ കുറച്ച് തീവ്രവാദികൾ തട്ടിക്കൊണ്ടുപോയി മണ്ണെണ്ണയൊഴിച്ച് കത്തിക്കാൻ തീരുമാനിക്കുന്നു. ഇതറിഞ്ഞ ഒരു കൂട്ടുകാരൻ ടിന്റുമോന്റെ അരുകിലെത്തി ഈ പേടിപ്പിക്കുന്ന കാര്യം പറയുകയും നമ്മളെന്തെങ്കിലും ചെയ്യേണ്ടതുണ്ടോ എന്ന് ആകാംക്ഷപ്പെടുകയും ചെയ്തു. 'അര ലിറ്റർ മണ്ണെണ്ണ ഞാൻ കൊണ്ടുകൊടുക്കാം' എന്നായിരുന്നു അതിനു ടിന്റുമോന്റെ മറുപടി. അമ്മാതിരി സ്നേഹമാണ് നമ്മുടെ പല വിദ്യാർത്ഥികൾക്കും അധ്യാപകരോട് എന്നറിഞ്ഞിരിക്കുന്നത് നല്ലതാണ്.

നിങ്ങൾ ഇവിടുത്തെ പഠനം ഒക്കെ കഴിഞ്ഞ് എവിടെയെങ്കിലും ഒരു വിദ്യാലയത്തിൽ ജോലിക്ക് കയറുമ്പോൾ നിങ്ങൾക്ക് ആദ്യമായി പ്രതിഫലമായി ലഭിക്കാൻ പോകുന്നതെന്തെന്ന് നിങ്ങൾ ആലോചിച്ചിട്ടുണ്ടോ? പണം? പ്രശസ്തി? സ്നേഹം? ആരാധന? ബഹുമാനം? അധികം ആലോചിച്ച് തല പുണ്ണാക്കേണ്ടതില്ല. നിങ്ങൾക്കൊരു ഇരട്ടപ്പേരായിരിക്കും ആദ്യം ലഭിക്കുക എന്ന കാര്യത്തിൽ ഒരു സംശയവും വേണ്ട. കാലൻ മത്തായി, ചുരുട്ട് വാസു, കുരമ്പാല കുടിയൻ, അവശതയമ്മിണി, ഡബിൾ ഡക്കർ, എവറെഡി എന്നിങ്ങനെ എത്ര ഉചിതമായ പേരുകളാണ് ഓരോ അധ്യാപകർക്കും അവരുടെ വിദ്യാർത്ഥികൾ ചാർത്തിക്കൊടുത്തിരിക്കുന്നത്. കുട്ടികളുടെയൊക്കെ സർഗ്ഗാത്മകത കണ്ട് നമ്മൾ അദ്ഭുതപ്പെട്ടുപോകും. ആ പേരിനോളം ആ അധ്യാപകനെ വിശദീകരിക്കാൻ പറ്റിയ മറ്റൊന്നും ഈ ദുനിയാവിൽ ഉണ്ടാവില്ല. അതിൽ നിന്ന് നിങ്ങൾ മനസ്സിലാക്കേണ്ട ഒരു വസ്തുതയുണ്ട്. നിങ്ങൾ പഠിപ്പിക്കുന്ന വിദ്യാർത്ഥികൾ നിങ്ങളെ അത്ര സൂക്ഷ്മമായി പഠിക്കുകയും വിലയിരുത്തുകയും ചെയ്യുന്നുണ്ട്. നിങ്ങളുടെ യാതൊന്നും അവരിൽ നിന്ന് മറച്ചു പിടിക്കുക സാധ്യമല്ല. അവരുടെ സൂക്ഷ്മദൃഷ്ടികൾ അതൊക്കെ തോണ്ടി പുറത്തിടും.

ഈ കാലയളവിനുള്ളിൽ നമ്മെ പഠിപ്പിച്ച നൂറുകണക്കിന് അധ്യാപകർ നമുക്കുണ്ടാവും. പക്ഷേ തിരിഞ്ഞു നോക്കുമ്പോൾ അവരിൽ എത്ര പേരെ നാം ഇപ്പോൾ ഓർക്കുന്നുണ്ട്? എന്തുകൊണ്ടാണ് അവരെ നമ്മൾ ഇപ്പോഴും ഓർത്തിരിക്കുന്നത്? നന്നായി പാഠങ്ങൾ പറഞ്ഞു തന്നു എന്നതുകൊണ്ട് മാത്രമാണോ നാം അവരെ ഇപ്പോഴും ഓർത്തിരിക്കുന്നത്?

മുഗൾ രാജവംശ കാലത്തെ ഒരു കഥ ഞാനോർക്കുകയാണ്. താജ്മഹൽ പണി കഴിപ്പിച്ച് അധികം കഴിയും മുൻപേ ഷാജഹാനെ അദ്ദേഹത്തിന്റെ പുത്രൻ ഔറംഗസീബ് തടവിലാക്കിക്കൊണ്ട് അധികാരം പിടിച്ചെടുത്തു. അന്ന് ഷാജഹാൻ പുത്രനോട് ആവശ്യപ്പെട്ടത് തനിക്ക് എപ്പോഴും താജ്മഹൽ കണ്ടുകൊണ്ടിരിക്കാൻ പാകത്തിലുള്ള ഒരു മുറിയിൽ വേണം തന്നെ തടവിൽ പാർപ്പിക്കാൻ എന്നാണ്. അദ്ദേഹം തന്റെ പിതാവിന്റെ ആഗ്രഹം നിവർത്തിച്ചുകൊടുക്കുകയും ചെയ്തു. കുറെക്കഴിഞ്ഞപ്പോൾ ഷാജഹാനു തോന്നി തന്റെ ജീവിതം വല്ലാതെ വിരസമായിക്കൊണ്ടിരിക്കുന്നു എന്ന്. തനിക്ക് മറ്റെന്തെങ്കിലും ഒരു പ്രവർത്തിയിൽ ഏർപ്പെട്ടാൽ കൊള്ളാമെന്ന്. അദ്ദേഹം മകനോട് പറഞ്ഞ് കുറച്ചു കുട്ടികളെ ഏർപ്പാട് ചെയ്തു. ഷാജഹാൻ അവർക്ക് പാഠങ്ങൾ പഠിപ്പിച്ചു കൊടുത്തു. കുട്ടികളെ പഠിപ്പിക്കാൻ കിട്ടിയതോടെ ഷാജഹാനു നഷ്ടപ്പെട്ട ഊർജ്ജമെല്ലാം തിരിച്ചു കിട്ടി. തനിക്ക് നഷ്ടപ്പെട്ട അധികാരം അദ്ദേഹം മറന്നു. താൻ ഈ രാജ്യത്തെ ചക്രവർത്തിയായി വീണ്ടും അവരോധിക്കപ്പെട്ടു എന്ന് അദ്ദേഹത്തിനു തോന്നി. കാരണം എന്തെന്നാൽ താൻ പറയുന്നതെല്ലാം തന്റെ വിദ്യാർത്ഥികളായ കുട്ടികൾ അനുസരിക്കുന്നു. എഴുന്നേൽക്കാൻ പറയുമ്പോൾ എഴുന്നേൽക്കുന്നു. ഇരിക്കാൻ പറയുമ്പോൾ ഇരിക്കുന്നു. ഇടത്തോട്ട് തിരിയാൻ പറയുമ്പോൾ അവർ അനുസരിക്കുന്നു. വലത്തോട്ട് തിരിയാൻ പറയുമ്പോഴും നടക്കാൻ പറയുമ്പോഴും കൈയ്യുയർത്താൻ പറയുമ്പോഴും അവർ അനുസരണക്കേട് കാട്ടുന്നില്ല. ഒരു അധികാരിക്ക്, ഒരു ചക്രവർത്തിക്ക്, ഒരു ഏകാധിപതിക്ക് ഇതിൽ പരം മറ്റെന്താണ് വേണ്ടത്?

ഇനി നിങ്ങൾക്ക് ഞാനൊരു പുസ്തകം പരിചയപ്പെടുത്തി തരാം. നിങ്ങൾ അധ്യാപകരാകാൻ പോകുന്നവർ നിശ്ചയമായും വായിച്ചിരിക്കേണ്ട പുസ്തകമാണത്. Tuesdays with Morrie എന്നാണ് ആ പുസ്തകത്തിന്റെ പേര്. അമേരിക്കയിലെ ഏറ്റവും സുപ്രസിദ്ധനായ സ്പോർട്സ് ലേഖകൻ Mitch Albom അദ്ദേഹത്തിന്റെ അധ്യാപകൻ മോറിയെക്കുറിച്ച് എഴുതിയ ഓർമ്മക്കുറിപ്പുകൾ ആണ് ആ പുസ്തകം. വളരെ പ്രസിദ്ധനായ ശേഷം ഒരു ദിവസം തന്റെ അധ്യാപകനെക്കുറിച്ച് അന്വേഷിക്കുമ്പോഴാണ് അദ്ദേഹം ഗുരുതരമായ ഒരു രോഗം ബാധിച്ച് മരണത്തിലേക്ക് നീങ്ങുന്ന അവസ്ഥയിലാണ് എന്ന് Mitch Albom മനസ്സിലാക്കുന്നത്. അന്നു മുതൽ എല്ലാ ചൊവ്വാഴ്ചകളിലും അദ്ദേഹം മോറി എന്ന അധ്യാപകനെ കാണുന്നതിനായി അദ്ദേഹത്തിന്റെ വീട്ടിൽ എത്തുമായിരുന്നു. ആ ഓർമ്മകളാണ് പുസ്തകം. എന്തുകൊണ്ടാണ് തന്റെ അധ്യാപകനെ താൻ ഇത്രയധികം സ്നേഹിക്കുകയും ബഹുമാനിക്കുകയും ചെയ്തത് എന്നു ചോദിക്കുമ്പോൾ മിച്ച് നൽകുന്ന മറുപടി 'അദ്ദേഹം ഞങ്ങൾ വിദ്യാർത്ഥികളിൽ ഒരാളായി ഞങ്ങൾക്കൊപ്പം ഉണ്ടായിരുന്നു' എന്നാണ്. അദ്ദേഹം പറയുന്നു, 'ക്ലാസ് കഴിഞ്ഞാൽ നിങ്ങൾക്കൊപ്പം പാട്ടു പാടുകയും നൃത്തം ചെയ്യുകയും ചെയ്യുന്ന ഒരധ്യാപകൻ നിങ്ങൾക്കുണ്ടായിട്ടുണ്ടോ? നമ്മുടെ കാമുകിമാരെക്കുറിച്ച്, പ്രണയത്തെക്കുറിച്ച്,

പ്രണയനൈരാശ്യങ്ങളെക്കുറിച്ച് ഒക്കെ തുറന്നു പറയാവുന്ന ഒരധ്യാപകൻ എന്നെങ്കിലും നിങ്ങളെ പഠിപ്പിച്ചതായി ഓർക്കുന്നുണ്ടോ? നിങ്ങൾക്കെന്നെ നിങ്ങളുടെ കൂട്ടുകാരിൽ ഒരാളായി എണ്ണേണ്ടി വരും എന്ന് ശഠിച്ച ഒരധ്യാപകനെങ്കിലും? അതിലൊക്കെ ഉപരിയായി പാഠപുസ്തകങ്ങൾക്ക് പുറത്ത് ജീവിതാവബോധം പകർന്നു തന്ന, പ്രത്യാശയുടെ പാഠങ്ങൾ പഠിപ്പിച്ചു തന്ന, മുന്നോട്ട് നടക്കാനുള്ള വഴി പറഞ്ഞു തന്ന ഒരധ്യാപകൻ? അങ്ങനെ ഒരാളായിരുന്നു മോറി. അതുകൊണ്ടാണ് ജീവിതത്തിലെ എല്ലാ തിരക്കുകളും മാറ്റി വെച്ച് എല്ലാ ചൊവ്വാഴ്ചകളിലും അമേരിക്കയിൽ എവിടെയാണെങ്കിലും അദ്ദേഹത്തെ കാണുന്നതിനായി ഞാൻ പറന്നെത്തുന്നത്.'

നമ്മുടെ നൂറുകണക്കിന് അധ്യാപകരിൽ ഏതുതരം അധ്യാപകരെയാണ് ഇപ്പോഴും നാം ഓർത്തിരിക്കുന്നത് എന്ന് ഇനി നിങ്ങൾ ഒന്നാലോചിച്ചു നോക്കൂ? ഷാജഹാൻ ചക്രവർത്തിയെപ്പോലെ ക്ലാസ്സിൽ അധികാരം കാട്ടിയവരെയാണോ അതോ നമ്മളെ സ്നേഹിതരെപ്പോലെ പരിഗണിച്ചുകൊണ്ട് നമുക്ക് പാഠപുസ്തകങ്ങൾക്കു പുറത്ത് ജീവിതാവബോധം പകർന്നു തന്നവരെയാണോ?

നിങ്ങൾ നാളെ അധ്യാപകരാവാൻ പോകുന്നവരല്ലേ? നിങ്ങൾ ഇതിൽ ഏതുതരം അധ്യാപകൻ അല്ലെങ്കിൽ അധ്യാപിക ആകാനാണ് മോഹിക്കുന്നത്? ക്ലാസ്സിനുള്ളിലെ ചക്രവർത്തിയോ അതോ സ്നേഹിതനോ?

നിങ്ങളുടെ ക്ലാസ്സിൽ നിങ്ങൾക്കു മുന്നിൽ മുപ്പത് വിദ്യാർത്ഥികൾ ഇരിക്കുന്നുവെങ്കിൽ അവർ മുപ്പതുപേരും മുപ്പതു തരം വ്യക്തിത്വത്തിനും സർഗ്ഗശേഷിക്കും ഓർമ്മശക്തിക്കും ഉടമകളാണ് എന്നു തിരിച്ചറിയുന്നിടത്താണ് നിങ്ങളിലെ അധ്യാപകൻ ആദ്യ വിജയം വരിക്കുന്നത്. അവരെ എല്ലാവരെയും നിങ്ങൾ ഒരേ നുകത്തിൽ കെട്ടി പഠിപ്പിക്കാൻ ശ്രമിച്ചാൽ നിങ്ങളും അവരും ഒരേപോലെ പരാജയപ്പെട്ടു പോവുകയേയുള്ളൂ. അതിനു പകരം അവരുടെ കഴിവിന്റെ ഉള്ളിൽ നിന്നുകൊണ്ട് അവരുടെ സർഗ്ഗശേഷിയെ വികസിപ്പിക്കാൻ നിങ്ങൾ ശ്രമിക്കുകയാണ് വേണ്ടത്.

ഇന്നത്തെ പഠനരീതി മീനിനെ മരം കയറാൻ പരിശീലിപ്പിക്കലാണ് എന്നും അതിന്റെ ഫലമായി തനിക്ക് അതിനുള്ള കഴിവില്ലല്ലോ എന്ന ആത്മനിന്ദയോടെ അവർ പിന്മാറുമെന്നും എം.എൻ വിജയൻ മാഷ് ഒരിക്കൽ പറഞ്ഞത് എത്രയോ ശരിയാണ്.

ആമയുടെയും മുയലിന്റെ ഓട്ടക്കഥ നമുക്കെല്ലാം അറിയാം.

ആമയും മുയലും തമ്മിലുള്ള ഓട്ടമത്സരത്തിനിടെ മുയൽ ഉറങ്ങിയതും ആമ വിജയിച്ചതുമായ കഥ. എന്നാൽ ആ കഥയ്ക്ക് ഒരു രണ്ടാം ഭാഗമുണ്ട്. അത് നിങ്ങൾ കേട്ടിട്ടുണ്ടോ?

ആമ ഓട്ടമത്സരം വിജയിച്ചതിന്റെ പിറ്റേന്ന് കാട്ടിൽ ഒരു വലിയ അനുമോദനസമ്മേളനം വിളിച്ചു കൂട്ടി. അതാണല്ലോ ഇപ്പോഴത്തെ പതിവ്.

കാട്ടിലും അതായിരുന്നു പതിവ്. അങ്ങനെ സമ്മേളനം കൂടിക്കൊണ്ടിരിക്കുമ്പോഴാണ് ഒരു മൃഗം വന്നു പറയുന്നത് കാടിന്റെ ഒരു കോണിൽ വലിയ തീ പിടുത്തം ഉണ്ടായിരിക്കുന്നു. അക്കാര്യം എത്രയും വേഗം കാടിന്റെ ഉള്ളിലുള്ള മറ്റു മൃഗങ്ങളെ അറിയിക്കണം. അല്ലെങ്കിൽ അവരുടെ ജീവൻ അപകടത്തിലാണ്. അതുകൊണ്ട് എത്രയും വേഗം അവിടെ എത്താൻ കഴിവുള്ള ഒരാളെ അവിടേക്ക് അയച്ച് ആ വാർത്ത കൈമാറണം. മൃഗങ്ങൾ എല്ലാം കൂടി കൂടിയാലോചിച്ചു. ഇക്കൂട്ടത്തിൽ വേഗത്തിൽ ഓടാൻ കഴിവുള്ളവൻ ആരാണ്..? ആമ. അല്ലാതാര്? അവനല്ലേ ഓട്ടമത്സരത്തിൽ വിജയിച്ചത്? അവർ ആ ആമയെ തന്നെ ഉൾക്കാട്ടിലേക്ക് പറഞ്ഞയയ്ക്കുകയും ആ കാട്ടിലുണ്ടായിരുന്ന മൃഗങ്ങളെല്ലാം കാട്ടുതീയിൽ ചത്തു പോവുകയും ചെയ്തു എന്നാണ് ആ കഥ.

എന്തിനാണ് നിങ്ങൾ എന്നെ ഇങ്ങനെ മിഴിച്ചു നോക്കുന്നത്? മൃഗങ്ങൾ എന്തൊരു മണ്ടന്മാരാണ് എന്ന് വിചാരിച്ചാണോ? എങ്കിൽ ഓർത്തോളൂ, ഞാനും നിങ്ങളും ഒക്കെ ചെയ്യുന്ന പാതകമേ മൃഗങ്ങളും ചെയ്തുള്ളൂ. ഒരു മത്സരത്തിൽ തോറ്റു പോയതിന്റെ പേരിൽ മുയലിനെ അണ്ടർഎസ്റ്റിമേറ്റ് ചെയ്യുക എന്ന പാതകം. ഇക്കാലയളവിൽ എത്രയധികം മുയലുകളെയാണ് നമ്മുടെ അധ്യാപകർ അണ്ടർഎസ്റ്റിമേറ്റ് ചെയ്ത് ഇല്ലായ്മ ചെയ്തു കളഞ്ഞത്. മുയലിന്റെ ഉള്ളിലെ യഥാർത്ഥ കഴിവിനെ കണ്ടെത്താനോ അംഗീകരിക്കാനോ കഴിയാതെ പോവുക എന്നത് നാമും നമ്മുടെ കുട്ടികളോട് ചെയ്തുകൊണ്ടിരിക്കുകയല്ലേ?

അവരുടെ യഥാർത്ഥ കരുത്ത് മനസ്സിലാക്കിക്കൊടുക്കുന്നതിൽ, അവരുടെ യഥാർത്ഥ സർഗ്ഗാത്മകത പരിപോഷിപ്പിക്കുന്നതിൽ നാം എത്രകണ്ട് ജാഗരൂകരാണ്? അതില്ലാതെ കണക്ക് ഇഷ്ടമായവനെ മലയാള വ്യാകരണം പഠിപ്പിച്ചും ഇംഗ്ലീഷ് കവിത ഇഷ്ടമായവനെ ക്വാണ്ടം ഫിസിക്സ് പഠിപ്പിച്ചും പീഡിപ്പിക്കുകയാണെങ്കിൽ അവന് എങ്ങനെയാണ് നിങ്ങളെ സ്നേഹിക്കാൻ കഴിയുക? പാഠ്യപദ്ധതിയുടെ ഭാഗമായി നിങ്ങൾക്കത് ചെയ്യേണ്ടി വന്നേക്കാം. പക്ഷേ അതുമാത്രമാണ് നിങ്ങൾ അവനു കൊടുക്കുന്നതെങ്കിൽ എങ്ങനെയാണ് അവനു നിങ്ങളെ പിൽക്കാലത്ത് ഓർത്തിരിക്കാൻ കഴിയുക?

നാല്പത് മിനുറ്റ് നീണ്ടു നിൽക്കുന്ന ഒരു ക്ലാസാണെങ്കിൽ അതിൽ മുപ്പതു മിനുറ്റ് നേരവും നിങ്ങൾ പരമബോറായ പാഠ്യഭാഗം തന്നെ പറഞ്ഞു കൊടുത്തുകൊള്ളൂ. പക്ഷേ ബാക്കി പത്തു മിനുറ്റു നേരം നിങ്ങൾ അവരുടെ വ്യക്തിത്വവികാസത്തിന്. ആത്മപ്രകാശത്തിന്, സാമൂഹിക ബോധത്തിന്, രാഷ്ട്രീയബോധത്തിന് ഉതകുന്ന കാര്യങ്ങൾ പറഞ്ഞു കൊടുക്കാൻ കഴിയുന്നില്ല എങ്കിൽ അവർ നിങ്ങളെ മറന്നു കളയും. അവർ ഓർത്തിരിക്കുക അവർ നിങ്ങൾക്കിട്ട ആ പഴയ ഇരട്ടപ്പേര് മാത്രമായിരിക്കും.

നിങ്ങൾക്ക് അങ്ങനെ അവരോട് ഈ വിശാലമായ ഈ ലോകത്തെക്കുറിച്ച്, അതിൽ നടക്കേണ്ട വഴികളെക്കുറിച്ച് സംസാരിക്കണമെങ്കിൽ

നിങ്ങൾ ഒരു അധ്യാപകൻ എന്ന നിലയിൽ വലിയ അറിവുകൾ ആർജ്ജിക്കേണ്ടതുണ്ട്. നമുക്കുള്ളതല്ലേ മറ്റൊരാൾക്ക് പകർന്നു കൊടുക്കാൻ കഴിയൂ? പക്ഷേ ഇന്ന് നമ്മുടെ എത്ര അധ്യാപകർ സിലബസ്സിനു പുറത്തുള്ള എന്തെങ്കിലും വായിക്കാൻ ശ്രമിക്കുന്നുണ്ടോ എന്ന് ചോദിച്ചാൽ അപൂർവ്വം എന്ന് നമുക്ക് ഉത്തരം പറയേണ്ടി വരും. ഇവിടെയാണ് തുടക്കത്തിൽ ഞാൻ സൂചിപ്പിച്ച ഡേവിഡ് ടോസ്കാനയുടെ 'വായന അവസാനിപ്പിച്ച രാജ്യം' എന്ന ലേഖനത്തിൽ ഉന്നയിക്കുന്ന കാര്യങ്ങൾ പ്രസക്തമാകുന്നത്. നിങ്ങൾ തന്നെ വായന എന്നേ അവസാനിപ്പിച്ചു കഴിഞ്ഞു പിന്നെ നിങ്ങൾക്കെന്തു കാര്യമാണ് നിങ്ങളുടെ വിദ്യാർത്ഥികൾക്ക് പകർന്നു കൊടുക്കാനുണ്ടാവുക?

വായനയുടെ മഹത്വത്തെക്കുറിച്ചോ പ്രാധാന്യത്തെക്കുറിച്ചോ കൊച്ചു കുട്ടികൾക്കെന്ന പോലെ നിങ്ങൾക്ക് പറഞ്ഞു തരേണ്ട കാര്യമൊന്നുമില്ല. നിങ്ങളതിന്റെ പ്രാധാന്യം ഗ്രഹിച്ചവരാണ്. എന്നാൽ നിങ്ങൾ കുട്ടികളോട് വായനയെക്കുറിച്ച് സംസാരിക്കുമ്പോൾ ഇക്കാര്യങ്ങൾ കൂടി അവർക്ക് പറഞ്ഞു കൊടുക്കണം എന്ന് ഞാനാഗ്രഹിക്കുന്നു.

എന്തുകൊണ്ട് കുട്ടികൾ വായിക്കണം?

ഒന്ന്, വായന നമ്മുടെ ഏകാഗ്രത വർദ്ധിപ്പിക്കുന്നു. എന്തുമാത്രം ബഹളമയമായ ലോകത്തിലാണ് നാം ജീവിക്കുന്നത് എന്നു നമുക്കറിയാം. ഒന്നിലും ശ്രദ്ധ കേന്ദ്രീകരിക്കാൻ കഴിയാത്ത കാലം. നമ്മുടെ കുട്ടികൾ ടിവി കാണുന്നത് ശ്രദ്ധിച്ചിട്ടുണ്ടോ? അവർ ഏതെങ്കിലും ഒരു ചാനൽ വൃത്തിയായി കുറെനേരം കാണുമോ? അവരിങ്ങനെ ഒരു ചാനലിൽ നിന്ന് മറ്റൊരു ചാനലിലേക്ക് തവളച്ചാട്ടം നടത്തിക്കൊണ്ടിരിക്കുകയാണ്. എവിടെയും ഉറച്ചു നിൽക്കാൻ അവർക്ക് കഴിയുന്നില്ല. അങ്ങനെയുള്ള നമ്മുടെ പുതിയ തലമുറയ്ക്ക് ഏകാഗ്രതയുടെ ഒരു മനസ്സ് നേടിക്കൊടുക്കാൻ വായനയ്ക്ക് കഴിയും. കഥാവായനയിലൂടെ, സാഹിത്യഗ്രന്ഥങ്ങളിലൂടെ നേടുന്ന ഈ ഏകാഗ്രത അവരെ പഠനത്തിൽ നന്നായി സഹായിക്കും.

രണ്ട്, വായന നമ്മെ സ്വപ്നം കാണാൻ പഠിപ്പിക്കുന്നു. സ്വപ്നം കാണാൻ മിടുക്കുള്ളവരുടേതാണ് നാളത്തെ ലോകം. ഉറങ്ങുമ്പോൾ കാണുന്ന സ്വപ്നമല്ല, നിങ്ങളെ ഉറക്കാതിരിക്കുന്ന സ്വപ്നങ്ങളാണ് നമ്മുടെ വിജയത്തിനു ആധാരം എന്ന് നമുക്ക് പറഞ്ഞു തന്നത് മഹാനായ എ.പി.ജെ അബ്ദുൾ കലാമാണല്ലോ. എല്ലാക്കാലത്തും സ്വപ്നം കാണാൻ കഴിവുള്ളവരാണ് ഈ ലോകം പടുത്തുയർത്തിയത്. ലോകത്തിലെ ഏറ്റവും വലിയ കെട്ടിടമായ ബുർജ് ഖലീഫ ആദ്യമായി പണി കഴിക്കപ്പെട്ടത് എവിടെയാണ് എന്നു ചോദിച്ചാൽ അത് സ്വപ്നം കണ്ട മനുഷ്യന്റെ മനസ്സിൽ എന്നു ഞാൻ പറയും. അദ്ദേഹമാണ് അതിന്റെ ഉയരം, അതിന്റെ ചില്ലു ഗോപുരങ്ങൾ, അതിന്റെ മൈതാനം, അതിന്റെ കവാടങ്ങൾ, അതിന്റെ പ്രകാശവിന്യാസം ഒക്കെ സ്വപ്നം കണ്ടത്. കുറച്ചു പണിക്കാർ ചേർന്ന് ആ സ്വപ്നത്തെ സഫലമാക്കി കൊടുക്കുക മാത്രമാണ് ചെയ്തത്.

നമ്മുടെ കുട്ടികൾ ജീവിതത്തിൽ ഏത് മേഖല തിരഞ്ഞെടുത്താലും ആ മേഖലയിലെ ഏറ്റവും നൂതനമായ കാര്യങ്ങൾ സ്വപ്നം കാണുന്നവർ ആയിരുന്നാൽ മാത്രമേ അവർക്ക് ജീവിതത്തിൽ എന്തെങ്കിലുമൊക്കെ ആയിത്തീരാൻ കഴിയുകയുള്ളൂ. തന്നെക്കുറിച്ചും സമൂഹത്തെക്കുറിച്ചും മാനവരാശിയുടെ മുന്നോട്ടുള്ള യാത്രയിൽ എത്തിപ്പിടിക്കേണ്ട നേട്ടങ്ങളെക്കുറിച്ചും അവർക്ക് സ്വപ്നങ്ങൾ ഉണ്ടായിരിക്കണം. അങ്ങനെ സ്വപ്നം കാണുന്ന മനുഷ്യർ ഇവിടെ ഉണ്ടായിരുന്നതുകൊണ്ടാണ് മാനവരാശി ഇത്രദൂരം യാത്ര ചെയ്ത് ഇക്കാണുന്ന ലോകത്തിൽ എത്തിയത്. നമ്മുടെ ശാസ്ത്രത്തിൽ, സാങ്കേതിക വിദ്യയിൽ, സാമ്പത്തിക ശാസ്ത്രത്തിൽ, ശരീരശാസ്ത്രത്തിൽ, ബഹിരാകാശ യാത്രയിൽ, കൃഷിയിൽ, വിനോദ കലകളിൽ എല്ലാം ഈ സ്വപ്നങ്ങൾ വലിയ പങ്കു വഹിച്ചിട്ടുണ്ട്. അങ്ങനെ സ്വപ്നം കാണാൻ പഠിക്കുന്നതിൽ വായന വലിയ സഹായം ചെയ്യുന്നുണ്ട്. അത് നമ്മുടെ ബുദ്ധിയിലും മനസ്സിലും ചെലുത്തുന്ന സ്വാധീനം ചെറുതല്ല.

മൂന്ന്, വായന നമ്മെ ഒരു ജീവിതത്തിനുള്ളിൽ പല ജീവിതങ്ങൾ ജീവിക്കാൻ സഹായിക്കുന്നു. പരിമിതമായ ഇടങ്ങളിൽ ഒതുങ്ങിക്കൂടാൻ വിധിക്കപ്പെട്ടവരാണ് നാം എല്ലാവരും. പക്ഷേ ഓരോ പുസ്തകവും നമ്മെ പുതിയ ഒരു ജീവിതത്തിലേക്ക് കൂട്ടിക്കൊണ്ട് പോകുന്നുണ്ട്. നാം ഇതുവരെ കണ്ടിട്ടില്ലാത്ത സംസ്കാരങ്ങൾ, ഭാഷ, ആചാരങ്ങൾ, ആഘോഷങ്ങൾ, ജീവിതചര്യകൾ എന്തെല്ലാമാണ് ഒരു പുസ്തകം നമുക്ക് പറഞ്ഞു തരുന്നത്. അതിലൂടെ ഞാൻ, എന്റേത് എന്ന ഇടുങ്ങിയ ചിന്തകളിൽ നിന്ന് നാം മോചിതരാവുകയും അപരനെ അറിയാനുള്ള വിശാലമായ ഒരു ഹൃദയം നമുക്ക് കൈവരുകയും ചെയ്യും. വായന അപരനിലേക്ക് തുറക്കുന്ന വാതിലാണ്.

നാല്, വായന നമ്മെ ചോദ്യം ചോദിക്കാൻ പഠിപ്പിക്കുന്നു. ഇന്നത്തെ തലമുറയുടെ ഒരു പ്രധാനപ്രശ്നം അവർ ചോദ്യങ്ങൾ ചോദിക്കാൻ മറന്നു പോയിരിക്കുന്നു എന്നതാണ്. എല്ലാം അനുസരിക്കുന്നവർ, എല്ലാം തല കുലുക്കി കേൾക്കുന്നവരാണോ ഏറ്റവും നല്ല മനുഷ്യർ? അധികാരികളോട് തങ്ങളെ വിഴുങ്ങാൻ വരുന്ന ശക്തികളോട് തിരിഞ്ഞു നിന്ന് ചില ചോദ്യങ്ങൾ ചോദിക്കാൻ നാം നമ്മുടെ കുട്ടികളെ പ്രാപ്തരാക്കേണ്ടതില്ലേ?

2015ലെ നോബൽ സമ്മാന ജേതാവ് സെറ്റ്ലാന അലക്സിവിച്ചിന്റെ 'ക്ലാവ് പിടിച്ച കാലം' എന്ന പുസ്തകത്തിൽ രസകരമായ ഒരു കഥയുണ്ട്.

കാട്ടിലൂടെ ഒരു പുലി നടക്കുകയാണ്. വഴിയിൽ ഒരു കരടിയെക്കണ്ടു. പുലി പറഞ്ഞു "ഹേ കരടി, ഇന്നത്തെ അത്താഴം നീയാണ്. കൃത്യം എട്ടു മണിക്ക് എന്റെ മടയിൽ എത്തിക്കൊള്ളണം." "വരാമേ" കരടി സമ്മതിച്ചു.

പുലി പിന്നെയും നടന്നു. എതിരെ വന്നത് ഒരു കുറുക്കൻ. "നാളത്തെ പ്രാതലിന് ഞാൻ നിന്നെയാണ് തിന്നാൻ പോകുന്നത്. കൃത്യം ഏഴു

മണിക്ക് എന്റെ മുന്നിലുണ്ടാവണം.” “വന്നേക്കാമേ.” കുറുക്കനും സമ്മതിച്ചു.

പുലി കുറച്ചു കൂടി മുന്നോട്ട് ചെന്നപ്പോൾ ചാടിച്ചാടി പോകുന്ന ഒരു മുയലിനെ കണ്ടു. “ഉച്ചയ്ക്ക് രണ്ടു മണിക്കാണ് എന്റെ ഊണ്. നാളെ നിന്നെ തിന്നാമെന്ന് വിചാരിക്കുന്നു. കൃത്യസമയത്ത് അവിടെ ഉണ്ടാവണം.” മുയലിനെ നോക്കി പുലി അലറി.

“ഞാനൊന്ന് ചോദിച്ചോട്ടെ.” മുയൽ വലതുകൈ പൊക്കി കാട്ടിക്കൊണ്ട് ചോദിച്ചു. “ആയിക്കോട്ടെ.” പുലി കനിഞ്ഞു.

“അഥവാ ഞാൻ വന്നില്ലെങ്കിൽ?”

“നിന്റെ പേര് ഞാൻ എന്റെ പട്ടികയിൽനിന്നും വെട്ടും. അത്രതന്നെ.”

എല്ലാ ഏകാധിപതികളും അത്രയൊക്കെയേ ഉള്ളൂ. തിരിച്ചൊരു ചോദ്യം ചോദിച്ചാൽ ഞാൻ നിന്റെ പേരു വെട്ടി മറ്റൊരാളെ ഇരയാക്കും എന്ന് പറയും. പക്ഷേ വളരെ ചുരുക്കം പേർക്കേ അങ്ങനെ ഒരു ചോദ്യം തിരിച്ചു ചോദിക്കാൻ ധൈര്യമുണ്ടാവൂ. കരടി ആയിരുന്നിട്ടോ കുറുക്കൻ ആയിരുന്നിട്ടോ കാര്യമില്ലെന്ന് സാരം. മുയൽ ആയിരുന്നാലും മതി. പക്ഷേ ചോദ്യം ചോദിക്കാൻ കരുത്തുണ്ടാവണം. നമ്മുടെ കുട്ടികൾക്ക് അതുണ്ടോ..? ഉണ്ടാവണമെങ്കിൽ അവരെ നല്ല വായനക്കാരായി വളർത്തിക്കൊണ്ടു വരുക. ചരിത്രവും സാമൂഹികബോധവും അവകാശബോധവും നീതിബോധവും അവർക്ക് പകർന്നു കൊടുക്കുക.

അഞ്ച്, വായന നമ്മുടെ കുട്ടികളെ തോൽക്കാൻ പഠിപ്പിക്കുന്നു. ഇത് കേൾക്കുമ്പോൾ നിങ്ങൾ തന്നെ ഇത്തിരി അമ്പരന്നു എന്നു വരാം. ജീവിതത്തിൽ എല്ലാവരും വിജയത്തെക്കുറിച്ച് പറയുമ്പോൾ വായന നമ്മെ തോൽക്കാൻ പഠിപ്പിക്കുന്നു എന്നു പറഞ്ഞാൽ? സത്യത്തിൽ വിജയം മാത്രമാണോ ജീവിതം, അതിൽ നിരവധി ഘട്ടങ്ങളിൽ നാം തോൽവികളെ അഭിമുഖീകരിക്കേണ്ടതില്ലേ? നാം നമ്മുടെ കുട്ടികളോട് പറഞ്ഞു കൊടുക്കാൻ മറന്നുപോയ പാഠങ്ങളിൽ ഒന്നാണത്. നാം എപ്പോഴും അവരോട് വിജയത്തെക്കുറിച്ച് മാത്രം സംസാരിക്കുന്നു. അങ്ങനെ പരാജയങ്ങളെ നേരിടാൻ ധൈര്യമില്ലാത്തവരായി അവർ മാറുന്നു. പരീക്ഷകളുടെ ഫലം വരുന്ന കാലം ഇപ്പോൾ പേടിപ്പിക്കുന്നതാണ്. എവിടെയെങ്കിലുമൊക്കെ ഒന്നോ രണ്ടോ മാർക്ക് കുറഞ്ഞു പോയതിന്റെ പേരിൽ ആത്മഹത്യ ചെയ്യുന്ന കുട്ടികളുടെ വാർത്തകളാണ് നമ്മെ എപ്പോഴും കാത്തിരിക്കുന്നത്. ഒരു ശതമാനം മാർക്ക് കുറഞ്ഞാൽ ജീവിതത്തിലേ തോറ്റു പോയി എന്ന് അവർ വിചാരിക്കുന്നു. അങ്ങനെയാണ് നാം അവരെ വളർത്തിക്കൊണ്ട് വന്നത്. ഒരു തരം തോൽവിയെയും അവർക്കു സഹിക്കാൻ വയ്യ. നമ്മുടെ കുട്ടികൾ കമ്പ്യൂട്ടർ ഗെയിം കളിക്കുന്നത് നിങ്ങൾ ശ്രദ്ധിച്ചിട്ടുണ്ടോ? അവരും കമ്പ്യൂട്ടറുമായിട്ടാണ് കളി. എന്നാൽ ആ കളിയിൽ അവർ തോൽക്കും എന്ന ഘട്ടത്തിൽ അവർ ആ ഗെയിം ക്വിറ്റ് ചെയ്ത് വീണ്ടും ആരംഭിക്കുന്നു. തോൽവിയുടെ ആ നിമിഷത്തെ നേരിടാൻ അവർക്ക് ഭയമാണ്.

ഇന്ത്യയും ഇംഗ്ലണ്ടും തമ്മിലുള്ള 2020 ക്രിക്കറ്റ് മത്സരം നടക്കുകയാണെന്നിരിക്കട്ടെ. അതിൽ ഇന്ത്യ തോൽക്കും എന്ന് കണ്ടാൽ പതിനഞ്ചാമത്തെ ഓവറിൽ അവർ ടിവി ഓഫ് ചെയ്ത് വിരാട് കോഹ്‌ലിയേയും അയാളുടെ കാമുകിയേയും ചീത്ത വിളിച്ചിട്ട് എഴുന്നേറ്റു പോകും. ഇഷ്ട നായകന്മാർക്ക് ഇടി കൊള്ളുന്ന ഒരു സിനിമയും കാണാൻ നമ്മുടെ കുട്ടികൾക്ക് താത്പര്യമില്ല. അവർക്ക് വിജയിക്കുന്ന നായകന്മാർ മാത്രം മതി. നമ്മെ വിനോദിപ്പിക്കാനോ നമ്മുടെ സമയം പോകാനോ ഉള്ള ഒരു കളിയിൽ പോലും നമുക്ക് തോൽവിയെ അഭിമുഖീകരിക്കാൻ കഴിയുന്നില്ലെങ്കിൽ ജീവിതത്തിൽ നേരിടാൻ പോകുന്ന അനേകം തോൽവികളെ ഈ കുട്ടികൾ എങ്ങനെയാണ് മുഖാമുഖം നേരിടുക? അതോ ജീവിതം എന്നാൽ വിജയം മാത്രമാണെന്നാണോ നിങ്ങൾ അവരെ പറഞ്ഞു പഠിപ്പിക്കാൻ പോകുന്നത്? ഇന്ന് നാം ലോകത്തിൽ വിജയികൾ എന്നു കാണുന്ന ഓരോ മനുഷ്യന്റെയും ജീവിതം സൂക്ഷ്മമായി പഠിച്ചാൽ അവർ നേരിട്ട പരാജയങ്ങളുടെ വലിയ ഒരു പരമ്പര തന്നെ നമുക്ക് കാണാൻ കഴിയും. അതിൽ മനസ്സ് തളരാതെ, തങ്ങളുടെ യഥാർത്ഥ കഴിവുകളിൽ വിശ്വസിച്ച് കഠിനാധ്വാനം ചെയ്ത് മുന്നോട്ട് പോയവരെയാണ് നാം ഇന്ന് വിജയികളായി എണ്ണുന്നത്.

ഞാനിപ്പോൾ ഒരു സംഭവകഥ ഓർക്കുകയാണ്. 2004ലെ ഒളിമ്പിക്സ് ഓട്ടമത്സരങ്ങൾ നടക്കുകയാണ്. ബ്രസീലിലെ ദീർഘദൂര ഓട്ടക്കാരൻ വാൻഡെർ ലി ഡിലീമ ഒന്നാമനായി ഓടിക്കൊണ്ടിരിക്കുന്നു. തൊട്ടു പിന്നിൽ ഒരു ഇറ്റലിക്കാരൻ. അതിനു പിന്നിൽ ഒരു അമേരിക്കക്കാരൻ. ഓട്ടം തീരാൻ ഇനി പതിനഞ്ച് മിനുറ്റുകൾ മാത്രം ബാക്കി. വാൻഡെർ ലി ഡിലീമ ഏറെ മുന്നിലാണ്. വിജയം ഏതാണ്ട് സുനിശ്ചയം. പെട്ടെന്ന് ആൾക്കൂട്ടത്തിൽ നിന്ന് ഒരാൾ ഓട്ടം നടക്കുന്ന റോഡിലേക്കിറങ്ങി വന്ന് ഡിലീമയെ ജനക്കൂട്ടത്തിനിടയിലേക്ക് തള്ളിമാറ്റിക്കൊണ്ടു പോകുന്നു. എല്ലാവരും പകച്ചു പോയി. അയർലണ്ടുകാരനായ ഒരു മതപുരോഹിതൻ ആയിരുന്നത്രേ അയാൾ. ആൾക്കൂട്ടം അയാളിൽ നിന്ന് ഡിലീമയെ മോചിപ്പിച്ചെടുക്കുന്നു. ഡിലീമ വീണ്ടും പൂർവ്വാധികം ശക്തിയോടെ ഓടിത്തുടങ്ങുന്നു. ഇറ്റലിക്കാരനും അമേരിക്കക്കാരനും അതിനോടകം ഡിലീമയെ മറി കടന്ന് മുന്നിലെത്തിക്കഴിഞ്ഞിരുന്നു. അവസാന നൂറു മീറ്ററിൽ എത്തിയപ്പോഴേക്കും തനിക്ക് ഉറപ്പായിരുന്ന സ്വർണ്ണ മെഡലും പിന്നാലെ വെള്ളി മെഡലും മറ്റ് രണ്ടുപേരും കരസ്ഥമാക്കിക്കഴിഞ്ഞിരുന്നു. എന്നിട്ടും ഡിലീമ നിരാശനാവുകയോ ഓട്ടം അവസാനിപ്പിക്കുകയോ ചെയ്തില്ല. അദ്ദേഹം തന്റെ ഇരുകൈകളും ഒരു ചിത്രശലഭത്തിന്റെ ചിറകുപോലെ വിരിച്ച് ആടിപ്പാടി സന്തോഷത്തോടെ ആ ഓട്ടം പൂർത്തിയാക്കുകയും തനിക്ക് വിധിക്കപ്പെട്ട വെങ്കലമെഡൽ പുഞ്ചിരിക്കുന്ന മുഖത്തോടെ ഏറ്റുവാങ്ങുകയും ചെയ്തു.

ചിലപ്പോൾ ജീവിതം അങ്ങനെയാണ്. നമുക്ക് അർഹതപ്പെട്ട സ്വർണ്ണ മെഡലുകൾ വിധിയുടെ ക്രൂരമായ കൈകളിൽ പെട്ട് അത് എന്നന്നേക്കുമായി നഷ്ടപ്പെട്ടു പോയേക്കും അപ്പോഴും തല ഉയർത്തിപ്പിടിക്കാനും

മനം നിറഞ്ഞ് പുഞ്ചിരിക്കാനും കഴിയുമ്പോഴാണ് നിങ്ങൾ വിജയിച്ചു എന്ന് പറയാൻ കഴിയുക. കളിക്കളത്തിൽ ഉണ്ടായ ദുരനുഭവത്തെ സധൈര്യം നേരിട്ട സ്പോർട്സ് മാസ് സ്പിരിറ്റിനെ ആദരിച്ചുകൊണ്ട് അന്താരാഷ്ട്ര ഒളിമ്പിക്സ് കമ്മിറ്റി പിന്നീട് Pierre de Coubertin medal എന്നൊരു മെഡൽ കൂടി അദ്ദേഹത്തിനു സമ്മാനിച്ചു. അവിടെയും അവസാനിച്ചില്ല. 2016ൽ ബ്രസീലിൽ വെച്ചു നടന്ന സമ്മർ ഒളിമ്പിക്സിൽ ദീപശിഖ തെളിക്കുന്നതിനു ലോകം നിയോഗിച്ചത് വാൻഡെർ ലീ ഡിലീമയെ ആയിരുന്നു. അതാണ് പരാജയത്തിന്റെ മുന്നിൽ തല കുനിക്കാത്തവന് ലോകം നൽകിയ ആദരവ്, സ്നേഹം, ബഹുമാനം. അങ്ങനെയുള്ള ഒരു തലമുറയെ വാർത്തെടുക്കാനുള്ള ഉത്തരവാദിത്വം നിങ്ങൾ അധ്യാപകരിൽ നിക്ഷിപ്തമാണ് എന്ന് നിങ്ങൾ എപ്പോഴും ഓർത്തിരിക്കുക.

അതിനു വായനയെ കൂടെക്കൊണ്ടു നടക്കാൻ നിങ്ങൾ നിങ്ങളുടെ കുട്ടികളെ പ്രേരിപ്പിക്കേണ്ടതുണ്ട്. പ്രത്യേകിച്ച് കഥകൾ, നോവലുകൾ. അവ നമുക്ക് തോറ്റവരുടെ ജീവിതം പറഞ്ഞു തരും. തോൽവിയുടെ ഘട്ടത്തിൽ എങ്ങനെ അവർ അതിനെ അതിജീവിച്ചു എന്ന്. ചരിത്രം വിജയികളുടേതാണെങ്കിൽ സാഹിത്യം തോറ്റവരുടേതാണ്. തോൽവിയിൽ നിന്ന് പാഠം ഉൾക്കൊണ്ടവരുടേതാണ്. അത് മനസ്സിലാവണമെങ്കിൽ നിങ്ങൾ അധ്യാപകർ നല്ല വായനക്കാർ ആവേണ്ടതുണ്ട്. ആ വായനയിൽ നിന്ന് ലഭിക്കുന്ന പ്രകാശമാണ് നിങ്ങൾ നിങ്ങളുടെ കുട്ടികൾക്ക് പകർന്നു കൊടുക്കേണ്ടത്.

ലോക പ്രശസ്ത ബൈബിൾ പ്രഭാഷകനും 'പുരോഹിതൻ അവനു സ്വന്തമല്ല' എന്ന വിഖ്യാത ഗ്രന്ഥത്തിന്റെ രചയിതാവുമായ ഫുൾട്ടൻ ജെ. ഷീൻ ഒരിക്കൽ തന്റെ അധ്യാപകനോട്, ഒരു നല്ല അധ്യാപകൻ ആയിത്തീരാൻ ഞാൻ എന്തു ചെയ്യണം എന്ന് ചോദിച്ചു. രണ്ട് ഉത്തരങ്ങളാണ് അദ്ദേഹം അതിനു കൊടുത്തത്. അത് ഞാൻ നിങ്ങളുമായി പങ്കു വെയ്ക്കാൻ ആഗ്രഹിക്കുന്നു.

ഒന്ന്, ഒരു നല്ല അധ്യാപകൻ എല്ലാക്കാലത്തും ആനുകാലിക പ്രശ്നങ്ങളുമായി ബന്ധപ്പെട്ടിരിക്കണം. ആധുനിക ലോകം ചിന്തിക്കുന്നതെന്ത് എന്നറിയണം. അതിന്റെ കവിതയും സാഹിത്യവും പഠിക്കണം. അതിന്റെ കെട്ടിടനിർമ്മാണരീതിയും കലയും പഠിക്കണം. സംഗീതവും നാടകവും ശ്രവിക്കണം.

രണ്ട്, ഓരോ വർഷത്തിന്റെയും അവസാനം നിങ്ങളുടെ നോട്ടുകൾ കീറിക്കളയണം. നോട്ടുകൾ സൂക്ഷിക്കുകയും അടുത്ത വർഷം കഴിഞ്ഞ വർഷത്തെ വിഷയം അതേപടി ആവർത്തിക്കുകയും ചെയ്യുന്നതുപോലെ ഒരുവന്റെ ബൗദ്ധിക വളർച്ചയെ തടസ്സപ്പെടുത്തുന്ന മറ്റൊന്നുമില്ല.

ഇവ രണ്ടും പാലിക്കാൻ നിങ്ങൾക്ക് കഴിയേണ്ടതുണ്ട്. അങ്ങനെ നല്ല അധ്യാപകരായിത്തീരുവാനും നല്ല ഇരട്ടപ്പേര് സമ്പാദിക്കുവാനും നിങ്ങൾക്ക് കഴിയട്ടെ എന്ന് ആശംസിക്കുന്നു.

(തിരുവല്ല സെന്റ് മേരീസ് ടീച്ചേഴ്സ് ട്രെയ്നിംഗ് കോളേജിൽ നടത്തിയ പ്രഭാഷണം)

ഓരോ നോവലും പാർശ്വവത്കരിക്കപ്പെട്ടുപോയ സഹോദരനെ അന്വേഷിക്കലാണ്

എല്ലാവർക്കും സായാഹ്ന നമസ്കാരം,

ആദ്യമായി, എനിക്കൊപ്പം അഭിമാനാർഹമായ ഈ പുരസ്കാരത്തിനു ഷോർട്ട് ലിസ്റ്റ് ചെയ്യപ്പെട്ട എഴുത്തുകാരെ അഭിനന്ദിക്കാൻ ഈ അവസരം ഞാൻ വിനിയോഗിച്ചു കൊള്ളട്ടെ. ഈ സമ്മാനം നേടാൻ തക്കവണ്ണം തുല്യ യോഗ്യതയുള്ളതായിരുന്നു അവരുടെ രചനകൾ ഓരോന്നും എന്ന് എനിക്ക് ഉറച്ച ബോധ്യമുണ്ട്. പക്ഷേ ഒരാൾക്ക് മാത്രമേ പുരസ്കാരം സമ്മാനിക്കാൻ കഴിയൂ എന്നതുകൊണ്ട് ജഡ്ജിംഗ് പാനൽ ഞങ്ങളിൽ ഒരാളെ തിരഞ്ഞെടുത്തു എന്നു മാത്രം.

എന്റെ ജീവിതത്തിലെ മനോഹരമായ സായാഹ്നങ്ങളിൽ ഒന്നാണിത്. ചിലപ്പോഴൊക്കെ മാത്രമാണ് എഴുത്തുകാർക്ക് സ്നേഹത്തിന്റെയും ആദരവിന്റെയും അംഗീകരിക്കലിന്റെയും ഇത്തരം ചില നല്ല നിമിഷങ്ങൾ വീണു കിട്ടുക. പഴയ കാലത്തിൽ നിന്ന് തീർത്തും വ്യത്യസ്തമായി മിക്കപ്പോഴും സമൂഹത്തിന്റെ പഴി കേൾക്കാനും തെറ്റിദ്ധരിക്കപ്പെടാനും ഭീഷണികൾക്ക് വിധേയരാകാനും തെറിവിളി കേൾക്കാനും ഒക്കെയാണ് ഞങ്ങൾക്ക് യോഗം. എന്നിട്ടും എന്തിനു നീ എഴുതുന്നു എന്ന് ചോദിച്ചാൽ, 'എവിടെ നിന്റെ സഹോദരൻ?' എന്ന ബൈബിളിലെ ദൈവം ആദിമ മനുഷ്യനോട് ചോദിച്ച പ്രസക്തമായ ചോദ്യത്തിനു ഉത്തരം കണ്ടെത്താനുള്ള ശ്രമത്തിന്റെ ഭാഗമായി എന്നു പറയാൻ കഴിയും.

ഗൗരവമുള്ള ഓരോ നോവലും നമുക്കിടയിൽ നിന്ന് പാർശ്വവത്കരിക്കപ്പെട്ടു പോയ ഒരു സഹോദരനെ അന്വേഷിക്കുന്നുണ്ട്. അവനെ രേഖപ്പെടുത്താൻ ശ്രമിക്കുന്നുണ്ട്. ആ ബോധ്യമുള്ളതുകൊണ്ടാണ് ആരുടെയും എതിർപ്പുകളെ തെല്ലും വകവെയ്ക്കാതെയും ഭയക്കാതെയും മുന്നോട്ട് നീങ്ങാനും എഴുത്തിൽ തുടരാനും ഞങ്ങൾക്കാവുന്നത്. സുരക്ഷിതമായ ഒരു സോണിൽ നിന്നുകൊണ്ട് എഴുത്തുകാരന് എഴുത്തിനെ സമീപിക്കാനാവില്ലെന്നും ചിലപ്പോഴൊക്കെ അവൻ അപകടകരമായ ചില സോണുകളിലേക്ക് ഇറങ്ങിച്ചെല്ലേണ്ടതുണ്ടെന്നും ഞങ്ങൾക്ക് ഉറച്ച ബോധ്യമുണ്ട്. അതുകൊണ്ടാണ് ഞങ്ങൾക്ക് ജീവിതത്തെയും പ്രമേയത്തെയും സത്യസന്ധമായി സമീപിക്കാൻ കഴിയുന്നത്.

പുതിയ കാലത്തിൽ എഴുത്തും വായനയും എന്നത് വെറും വിനോദ പരിപാടിയല്ല. അത് തികഞ്ഞ ഒരു രാഷ്ട്രീയ പ്രവർത്തനം തന്നെയാണ്. പുതിയ കാലം, അതിന്റെ സങ്കീർണ്ണതകൾ, അതിന്റെ ഏകാധിപത്യ സ്വഭാവം, അതിന്റെ ഉപജാപപ്രവർത്തനങ്ങൾ, അതിന്റെ അസഹിഷ്ണുത, ജാതിമത ചിന്തകൾ, വിധ്വംസക മനോഭാവം ഇവയെക്കൂടി നോവൽ എന്ന സാഹിത്യരൂപം ഇന്ന് അഡ്രസ് ചെയ്യുന്നുണ്ട്. അതേ സമയം നോവൽ വെറും പൊളിറ്റിക്കൽ മുദ്രാവാക്യം ആയി മാറാതിരിക്കാനുള്ള ജാഗ്രത എഴുത്തുകാർ പുലർത്തുന്നുമുണ്ട്.

അതുകൊണ്ടുതന്നെ എന്റെ 'ജാസ്മിൻ ഡെയ്സ്' എന്ന ഈ നോവൽ ഏകാധിപത്യത്തെക്കുറിച്ചും അറബ് വിപ്ലവത്തെക്കുറിച്ചും മത ഭീകരവാദത്തെക്കുറിച്ചും ആയിരിക്കെ തന്നെ അത് മനുഷ്യനെക്കുറിച്ച്, അവന്റെ ഏകാന്തതയെക്കുറിച്ച്, ഒറ്റപ്പെടലിനെക്കുറിച്ച്, തിരസ്കാരങ്ങളെക്കുറിച്ച്, സങ്കടങ്ങളെക്കുറിച്ച്, സ്വത്വപ്രതിസന്ധികളെക്കുറിച്ച്, നിരാശകളെക്കുറിച്ച്, വീർപ്പുമുട്ടലുകളെക്കുറിച്ചു കൂടിയുള്ള നോവൽ ആണെന്ന് ഞാൻ വിശ്വസിക്കുന്നു.

ഇന്ത്യയിലെ ഒരു ന്യൂനപക്ഷം മാത്രം സംസാരിക്കുന്ന മലയാളം എന്ന ചെറിയ ഭാഷയിൽ എഴുതിയ ഒരു കൃതി ഇത്തരം വലിയൊരു സമ്മാനത്തിനു തിരഞ്ഞെടുക്കപ്പെട്ടതിലുള്ള സന്തോഷം ഞാൻ മറച്ചു വെയ്ക്കുന്നില്ല. ലോകമെമ്പാടും അറിയപ്പെടുന്ന സാഹിത്യ സമ്മാനങ്ങളിൽ പലതും ഇംഗ്ലീഷിൽ എഴുതപ്പെടുന്നവയ്ക്ക് മാത്രം നൽകുന്നതാണ്. അവിടെയാണ് ജെ.സി.ബി ലിറ്ററേച്ചർ പ്രൈസിന്റെ പ്രത്യേകത. അത് പ്രാദേശിക ഭാഷ സാഹിത്യത്തിലെ രചനകളെക്കൂടി തുല്യതയോടെ പരിഗണിക്കുന്നു. വല്ലാതെ പാർശ്വവത്കരിക്കപ്പെട്ടു പോയ പ്രാദേശിക ഭാഷാ സാഹിത്യത്തിനും അവയുടെ പരിഭാഷയ്ക്കും വലിയ ഉണർവ്വു ലഭിക്കാൻ ഇത് സഹായിക്കും എന്ന കാര്യത്തിൽ സംശയമൊന്നുമില്ല.

സാഹിത്യം ജീവിതമായി കൊണ്ടുനടക്കാൻ തീരുമാനിച്ചതിൽ തെറ്റില്ല എന്ന് ഈ സന്ധ്യ ഒരിക്കൽ കൂടി എന്നെ ഓർമ്മിപ്പിക്കുന്നു. ഇത്ര വലിയ പുരസ്കാരത്തിനു എന്നെ തിരഞ്ഞെടുത്ത ജഡ്ജിംഗ് പാനലിനെ ഓരോ അംഗങ്ങൾക്കും, മറ്റ് സംഘടകർക്ക് ഈ സന്ധ്യയെ അവിസ്മരണീയമാക്കി തീർക്കാൻ സമയം കണ്ടെത്തിയ നിങ്ങൾ ഓരോരുത്തർക്കും ഹൃദയത്തിന്റെ ഭാഷയിൽ ഞാൻ നന്ദി അർപ്പിക്കുന്നു. ജെ സിബി ലിറ്ററേച്ചർ പ്രൈസ് അഭിമാനത്തോടെയും കുനിഞ്ഞ ശിരസ്സോടെയും ഞാൻ ഏറ്റുവാങ്ങുന്നു.

എഴുത്തിന്റെ മുന്നോട്ടുള്ള യാത്രയിൽ വിമർശനങ്ങളെ വഴി വിളക്കുകൾ പോലെയും സമ്മാനങ്ങളെ പാഥേയം പോലെയുമാണ് ഞാൻ കാണുന്നത്. വരുംകാലത്ത് ഇവ രണ്ടും നിങ്ങളിൽ നിന്ന് ഞാൻ പ്രതീക്ഷിക്കുന്നു. നന്ദി.

(2018 ലെ ജെ.സി.ബി ലിറ്ററേച്ചർ പ്രൈസ് സ്വീകരിച്ചുകൊണ്ട്
ദില്ലിയിൽ നടത്തിയ പ്രഭാഷണത്തിന്റെ മലയാള പരിഭാഷ)

ആത്മീയതയും സർഗ്ഗാത്മകതയും

ഒരു പുരോഹിതന്റെ കഥ കേട്ടിട്ടുണ്ട്. ഒരു ദിവസം അദ്ദേഹം ഉറങ്ങാൻ തയ്യാറെടുക്കുമ്പോൾ ഒരു കുട്ടി വന്ന് ചോദിച്ചു, "താങ്കൾക്ക് നീണ്ട താടി രോമങ്ങൾ ഉണ്ടല്ലോ, ഉറങ്ങുമ്പോൾ അത് പുതപ്പിനു അടിയിൽ വെച്ചിട്ടാണോ അതോ പുതപ്പിനു പുറത്തുവെച്ചിട്ടാണോ ഉറങ്ങുന്നത്?"

പുരോഹിതന് സംശയമായി. ശരിയാണ്, തനിക്ക് ഏറെക്കാലമായി താടി രോമങ്ങൾ ഉണ്ട്. ഏറെക്കാലമായി താൻ അതുമായി ഉറങ്ങുകയും ചെയ്യുന്നു. പക്ഷേ ഇന്നേ ദിവസംവരെ അക്കാര്യം ശ്രദ്ധിച്ചിട്ടില്ല. ഉറങ്ങുമ്പോൾ താടി പുതപ്പിനടിയിലാണോ പുറത്താണോ? ഇന്ന് രാത്രി പരിശോധിച്ചിട്ട് മറുപടി പറയാം എന്നറിയിച്ച് അദ്ദേഹം ആ കുട്ടിയെ പറഞ്ഞയച്ചു. രാത്രി കിടന്നപ്പോൾ പുരോഹിതൻ സ്വയം പരിശോധിക്കാൻ തുടങ്ങി. താടി പുതപ്പിനടിയിൽ വെച്ചും പുറത്തു വെച്ചും ഉറങ്ങാൻ നോക്കി. പരിശോധിച്ച് പരിശോധിച്ച് പുരോഹിതന് എന്നന്നേക്കുമായി ഉറക്കം നഷ്ടമായി എന്നാണ് ആ കഥ അവസാനിക്കുന്നത്.

സാഹിത്യത്തെക്കുറിച്ച് സംസാരിക്കേണ്ടി വരുമ്പോഴൊക്കെ ഈ കഥ ഞാൻ ഓർക്കാറുണ്ട്. കുറേക്കാലമായി സാഹിത്യം എഴുതുകയും അതിൽ ജീവിക്കുകയും ചെയ്യുന്ന ഒരാളെന്ന നിലയിൽ അതിനെ വിശകലനം ചെയ്ത് സംസാരിക്കാൻ പലരും ആവശ്യപ്പെടാറുണ്ട്. അപ്പോഴൊക്കെ ഈ പുരോഹിതന്റെ അങ്കലാപ്പിൽ ഞാൻ ചെന്നുപെടുകയും ചെയ്യും. നമ്മൾ ജീവിതം പോലെ കൊണ്ടുനടക്കുന്ന പലതിനെയും നമ്മിൽ നിന്നു തന്നെ വേർതിരിച്ചെടുക്കാൻ പ്രയാസമാണ് എന്നതാണ് സത്യം. പിന്നെയും നിങ്ങൾ എന്തിനാണ് എഴുതുന്നത് എന്ന് ചോദിച്ചാൽ മാർകേസിന്റെ 'ഓഫ് ലവ് ആന്റ് അദർ ഡെമൺസ്' എന്ന കഥയിലെ പെൺകുട്ടിയെ പെട്ടെന്ന് ഞാനോർക്കും. ആ പെൺകുട്ടി എപ്പോഴും മുന്തിരിങ്ങ കഴിച്ചുകൊണ്ടിരിക്കുകയാണ്. മുന്തിരിങ്ങ കഴിച്ചില്ലെങ്കിൽ താൻ മരിച്ചുപോകും എന്നാണവളുടെ വിചാരം. മാർകേസിന്റെ കഥകളിൽ പഠനം നടത്തിയിട്ടുള്ളവർ പറയുന്ന കാര്യം ആ പെൺകുട്ടി മാർകേസിന്റെ തന്നെ മാനസികാവസ്ഥയുടെ പ്രതിരൂപം ആണെന്നാണ്. കഥ എഴുതിയില്ലെങ്കിൽ മരിച്ചു പോകും എന്നാണ് അദ്ദേഹം വിചാരിച്ചിരുന്നത്.

അതുകൊണ്ടാവാം 'കഥ പറയാൻ വേണ്ടി ജീവിച്ചിരിക്കുന്നു' എന്ന് അദ്ദേഹം സ്വന്തം ആത്മകഥയ്ക്ക് പേരു കൊടുത്തത്. മാർകേസിന്റെ മാത്രമല്ല ഓരോ എഴുത്തുകാരന്റെയും വിചാരമാണത്. കഥ എഴുതിയില്ലെങ്കിൽ താൻ മരിച്ചു പോകും എന്ന്. അങ്ങനെ ജീവിച്ചിരിക്കാൻ വേണ്ടി, അല്ലെങ്കിൽ പ്രാണരക്ഷാർത്ഥം ചെയ്യുന്ന ഒരു പ്രവർത്തിയെ എങ്ങനെയാണ് വ്യാഖ്യാനിക്കാൻ കഴിയുക?

ആത്മീയതയും സർഗ്ഗാത്മകതയും തമ്മിലുള്ള ബന്ധത്തെപ്പറ്റി പറയാനാണ് എന്നോടാവശ്യപ്പെട്ടത്. അതിലുള്ള എന്റെ അറിവിന്റെ പരിമിതിയിൽ നിന്നുകൊണ്ടാണെങ്കിലും ഒരു കാര്യം പറയുവാൻ ഞാൻ ആഗ്രഹിക്കുന്നു. മതാനുഷ്ഠാനങ്ങളിൽ മാത്രം വേരൂന്നി നിൽക്കുന്ന ഒരു ഒറ്റമരമല്ല ആത്മീയത എന്ന് ഇത്രകാലത്തെ ജീവിതംകൊണ്ടും വായനകൊണ്ടും എനിക്ക് ബോധ്യപ്പെട്ടിട്ടുണ്ട്. നിർഭാഗ്യവശാൽ അങ്ങനെ ഒരു വിശ്വാസം സമൂഹത്തിൽ പടർന്നു പിടിച്ചിട്ടുണ്ട് എന്നതാണ് ഖേദകരമായ വസ്തുത. അതിനെ മുതലെടുത്തുകൊണ്ടു തന്നെ മതം അതിന്റെ പ്രചാരകരായും വില്പനക്കാരായും ചമയുകയും ചെയ്യുന്നു. സുവിശേഷ പ്രചാരണയോഗങ്ങളിലും രോഗശാന്തി ശുശ്രൂഷകളിലും കിട്ടുന്ന എന്തോ ഒരു പ്രത്യേക സൂത്രമാണ് അതെന്നോ ഹിമാലയത്തിൽ ചെന്ന് തപസ്സിരുന്നാൽ വന്നു ചേരുന്ന ഒന്നാണെന്നോ നാം അതിനെ തെറ്റിദ്ധരിച്ചിരിക്കുന്നു. ധ്യാനിക്കുമ്പോൾ മാത്രം സംഭവിക്കുന്ന ഒന്നല്ല ആത്മീയത, ജീവിക്കുമ്പോഴും നാം അതനുഭവിക്കുന്നുണ്ട്. ആശുപത്രിയിൽ കിടക്കുന്ന ഒരു രോഗിക്കുവേണ്ടി പ്രാർത്ഥിക്കുമ്പോഴാണോ അയാൾക്ക് കൂട്ടിരുന്ന അയാളുടെ വേദനിക്കുന്ന പുറം തടവിക്കൊടുക്കുമ്പോഴാണോ നാം യഥാർത്ഥ ആത്മീയതയെ തൊടുന്നത്?

മനുഷ്യൻ അവന്റെ ഹൃദയംകൊണ്ട് ചെയ്യുന്ന ഏതു പ്രവർത്തിയിലും ആത്മീയത കണ്ടെത്താം എന്നാണ് ഞാൻ കരുതുന്നത്. സാമൂഹിക സേവനത്തിൽ, ആതുര സേവനത്തിൽ, പ്രകൃതി സ്നേഹത്തിൽ, രാഷ്ട്രീയ പ്രവർത്തനത്തിൽ, എഞ്ചിനീയറിംഗിൽ ഒക്കെ ആത്മീയതയില്ലേ? അക്കൂട്ടത്തിൽ സാഹിത്യത്തിലും കലയിലും ആത്മീയതയുണ്ട് എന്നുപറയാം. മറ്റൊരർത്ഥത്തിൽ ആത്മീയതയുടെ സ്പർശനമുണ്ടാകുമ്പോഴാണ് ഒരു പ്രവർത്തി മഹത്തരമായിത്തീരുന്നത് , അല്ലെങ്കിൽ അത് ജീർണ്ണിച്ച ഒരു കർമ്മം മാത്രമായി അവശേഷിക്കും.

അതല്ല, നിങ്ങൾ അനുഭവിക്കാൻ പോകുന്ന അഭൗമമായ ഒരു ആനന്ദത്തെയാണ് നിങ്ങൾ ആത്മീയത എന്നു വിളിക്കാൻ ആഗ്രഹിക്കുന്നതെങ്കിൽ, പറയട്ടെ അപ്പോഴും അത് മതത്തിലും ധ്യാനത്തിലും പ്രാർത്ഥനയിലും മാത്രം ഊന്നി നിൽക്കുന്നതല്ല. ഇസ്താംബൂളിലെ തെരുവിലൂടെ നടക്കുമ്പോൾ ഇടുങ്ങിയ മൂലയിൽ നിന്ന് ഉയർന്നുകേട്ട തെരുവുഗായകന്റെ ഗാനത്തിൽ ലയിച്ചു നിൽക്കുമ്പോൾ താൻ അനുഭവിച്ച ആത്മീയ ഭാവത്തെക്കുറിച്ച് ജിദ്ദു കൃഷ്ണമൂർത്തി എഴുതിയിട്ടുണ്ടല്ലോ.

താൻ വെറും അലസനായി ഒരു മരച്ചോട്ടിൽ ഇരിക്കുമ്പോൾ തന്റെ കൺമുന്നിലെ ആകാശത്തിലൂടെ പറന്നുപോയ ഒരു പക്ഷിക്കൂട്ടത്തെ കണ്ട് ഉള്ളിൽ ഉണർന്ന ആത്മീയഭാവത്തെക്കുറിച്ച് ശ്രീരാമകൃഷ്ണ പരമഹംസർ പറഞ്ഞിട്ടുണ്ടല്ലോ. ന്യൂട്ടന്റെ തലയിലേക്ക് വീണ ആപ്പിൾ അദ്ദേഹത്തിനു പകർന്നു നൽകിയത് ഒരു ആത്മീയാനുഭവം അല്ലെന്ന് ആർക്ക് പറയാൻ കഴിയും?

ജിദ്ദുവും പരമഹംസരും ന്യൂട്ടനും യഥാർത്ഥത്തിൽ അനുഭവിച്ച ആത്മീയതയെ നമുക്കെപ്പോഴെങ്കിലും വാക്കുകൾ കൊണ്ട് അടയാളപ്പെടുത്താനാകുമോ? പഞ്ചസാരയുടെ മധുരം, ഹിമാലയത്തിന്റെ സൗന്ദര്യം, നയാഗ്രയുടെ ഉഗ്രപ്രശാന്തത എന്നിവയൊക്കെ നമുക്ക് വാക്കുകൾകൊണ്ട് അടയാളപ്പെടുത്താൻ കഴിയുമെങ്കിൽ ആത്മീയതയും നമുക്ക് വാക്കുകൾകൊണ്ട് അടയാളപ്പെടുത്താൻ കഴിഞ്ഞേക്കും. നിർഭാഗ്യവശാൽ നമ്മുടെ അനുഭവങ്ങളിലും കാഴ്ചകളിലും നല്ലൊരു ശതമാനത്തെയും ആ അനുഭവതലത്തിൽ നിന്നുകൊണ്ട് പകർത്തുവാൻ മനുഷ്യഭാഷയ്ക്ക് കഴിവില്ല എന്നതാണ് യാഥാർത്ഥ്യം. ചില അനുഭവങ്ങൾ അനുഭവിച്ചറിയാൻ മാത്രമുള്ളതാണ്. അത് മറ്റൊരാൾക്ക് പറഞ്ഞു കൊടുക്കുക അത്ര വേഗം സാധ്യമല്ല. ഒരു പൂവിനോട് നീ വിരിയുന്നത് എങ്ങനെ എന്നും ഒരു പക്ഷിയോട് നീ പറക്കുന്നത് എങ്ങനെ എന്നും ഒരു മീനിനോട് നീ നീന്തുന്നതെങ്ങനെ എന്നും ചോദിക്കുന്നതുപോലെയാണ് നാം അനുഭവിക്കുന്ന ചില ആത്മീയ ഔന്നത്യങ്ങളെ വിശദീകരിക്കുക എന്നത്.

അപ്പോൾ സർഗ്ഗാത്മകത എന്താണ് എന്നൊരു ചോദ്യം നമ്മുടെ മുന്നിലേക്ക് ഉയിർത്തെഴുന്നേറ്റു വരികയാണ്. ദൃശ്യമല്ലാത്ത, വിവരണാതീതമായ ആത്മീയതയെ അനുഭവവേദ്യമാക്കുക എന്ന കഠിനമായ കർത്തവ്യമാണ് സർഗ്ഗാത്മകത നിർവ്വഹിക്കുന്നത്. ആ പകർന്നു കൊടുക്കൽ എഴുത്തിൽ ആവാം, പാട്ടിൽ ആവാം, ചിത്രത്തിലൂടെ ആവാം, പ്രാർത്ഥനയിലും പ്രണയത്തിലും സമർപ്പണത്തിലും ആവാം. ഉസ്താദ് ബിസ്മില്ലാഖാൻ ഷഹനായ് വാദനത്തിലൂടെയും അള്ളാറഖയും മകൻ സാക്കീർ ഹുസൈനും തബലയിലൂടെയും രവി ശങ്കർ സിത്താറിലും പങ്കജ് ഉദാസ് ഗസലിലൂടെയും സത്യജിത് റോയ് സിനിമയിലൂടെയും വാൻഗോഗ് തന്റെ ചിത്രങ്ങളിലൂടെയും ന്യൂട്ടൻ തന്റെ ശാസ്ത്രനിരീക്ഷണങ്ങളിലൂടെയും നമുക്ക് പകർന്നു നൽകുന്നത് ആത്മീയതയുടെ ബഹിർസ്ഫുരണങ്ങൾ അല്ല എങ്കിൽ പിന്നെ എന്താണ് ആത്മീയത? അതിനപ്പുറം അതിനെ മിസ്റ്റിഫൈ ചെയ്യാനും നിങ്ങൾക്കാർക്കും ലഭ്യമാകാത്ത ഒരു അപൂർവ്വതയാണ് എന്ന് വ്യാഖ്യാനിക്കാനും ശ്രമിക്കുന്നത് മതത്തിന്റെ അപാരമായ കാപട്യം മാത്രമാണ്.

സാഹിത്യത്തിൽ ആത്മീയതയും സർഗ്ഗാത്മകതയും ഒരു പക്ഷിയുടെ ഇരുചിറകുകളായി വർത്തിച്ചതിന്റെ ചില ഉദാഹരണങ്ങൾ ഞാൻ നൽകാം. എന്റെ എക്കാലത്തെയും പ്രിയപ്പെട്ട എഴുത്തുകാരൻ നിക്കോസ്

കസൻദ് സാക്കിസ് എഴുതുകയാണ്, I said to the almondtree, Sister speak me of God, And the almondtree blossomed!! ഞാൻ ബദാം മരത്തോട് പറഞ്ഞു, "സഹോദരീ എന്നോട് ദൈവത്തെക്കുറിച്ച് സംസാരിക്കുക," അപ്പോൾ ബദാം മരം പുഷ്പിതമായി.

ദൈവത്തെക്കുറിച്ച് പറയുമ്പോൾ പൂവിടുന്ന ബദാം മരം ആത്മീയത എന്താണെന്ന് നമുക്ക് കാണിച്ചു തരുകയല്ലേ ചെയ്യുന്നത്? അതിനെ നമുക്ക് വരച്ചു കാണിച്ചു തരുന്ന സാക്കീസ് ആത്മീയതയെ സർഗ്ഗാത്മകതകൊണ്ട് പൂരിപ്പിക്കുകയല്ലേ ചെയ്യുന്നത്?

നമ്മുടെ പ്രിയപ്പെട്ട കവി ടാഗോർ പാടുകയാണ്, "ദൈവമേ, ഞാനെന്റെ സ്വാർത്ഥത മൂലം നിന്നോട് ആവശ്യപ്പെട്ടവയിൽ എനിക്ക് ആവശ്യമില്ലാത്തവ നിഷേധിച്ച് എന്നെ നീ അനുഗ്രഹിക്കേണമേ" എന്ന്. മതങ്ങൾ മുഴുവൻ ദൈവമേ എനിക്ക് നീ ഇനിയും ഇനിയും തരേണമേ എന്ന് വിലപിക്കാൻ പഠിപ്പിക്കുമ്പോൾ ഒരു കവി അതിന്റെ എതിർപക്ഷത്തു നിന്ന് പ്രാർത്ഥിക്കുന്നെങ്കിൽ അതാണ് യഥാർത്ഥ ആത്മീയതയുടെ നിറവ് എന്നു പറയുന്നത്.

മലയാളത്തിന്റെ പ്രിയപ്പെട്ട കവി വീരാൻകുട്ടി എഴുതുകയാണ്, "ഇലകൾകൊണ്ട് പരസ്പരം തൊടുമെന്ന് കരുതി, നാം അകറ്റി നട്ട വൃക്ഷങ്ങൾ, ഭൂമിക്കടിയിൽ വേരുകൾ കൊണ്ട് കെട്ടിപ്പിടിക്കുന്നു." നമ്മുടെ അകൽച്ചകളെ, മതവൈരങ്ങളെ, രാഷ്ട്രീയശത്രുതയെ, ജാതിപ്പോരുകളെ ഒക്കെ എങ്ങനെയാണ് നിർമ്മമമായ സ്നേഹം മറികടക്കുന്നത് എന്ന് രണ്ടേരണ്ടു വരികൾകൊണ്ട് കവി ഇവിടെ കാണിച്ചു തരികയാണ്. നമ്മൾ ഒരു മണിക്കൂർ നേരം നടത്തുന്ന പ്രബോധനങ്ങളെക്കാളും ശക്തിയും ആത്മീയതയുമുണ്ട് ഈ വരികളിൽ. അതല്ലേ സർഗ്ഗാത്മകതയുടെ കരുത്ത്?

ബിഷപ്പ് മിയേലിനെ നിങ്ങൾ ഓർക്കുന്നുണ്ടാവും. വിക്തർ യൂഗോയുടെ പാവങ്ങളിലെ പ്രധാന കഥാപാത്രം. തന്റെ വെള്ളിപ്പാത്രങ്ങൾ മോഷ്ടിച്ചുകൊണ്ടുപോയ ജീൻ വാൽ ജീനെ പിടികൂടി പൊലീസ് ഹാജരാക്കുമ്പോൾ ബിഷപ്പ് പറയുന്നത്, "മകനേ, ഈ മെഴുകുതിരിക്കാലുകൾ കൂടി ഞാൻ നിനക്ക് തന്നതാണല്ലോ"; എന്നാണ്. ആ വരികൾ എഴുതുമ്പോൾ, അങ്ങനെ ഒരു കഥാപാത്രത്തെ സൃഷ്ടിക്കുമ്പോൾ വിക്ടർ യൂഗോയുടെ ഉള്ളിൽ നിറഞ്ഞു നിന്നത് ആത്മീയതയാണോ സർഗ്ഗാത്മകതയാണോ? ഇവയെ തമ്മിൽ ഏത് അതിർവരമ്പിലിട്ടാണ് നമുക്ക് വേർതിരിക്കാൻ കഴിയുക?

ദസ്തയെവ്സ്കിയുടെ കുറ്റവും ശിക്ഷയും എന്ന നോവൽ ഓർമ്മിക്കുക, ഒരു വേളയിൽ തന്റെ മുന്നിൽ കുമ്പിടുന്ന റസ്കോൾ നിക്കോവിനോട് സോണിയ എന്ന പെൺകുട്ടി ചോദിക്കുന്നു, "നീ എന്താണ് ഈ കാണിക്കുന്നത് എന്ന്. നിന്റെ മുന്നിൽ അല്ല ഞാൻ കുമ്പിട്ടത്, മനുഷ്യന്റെ മുഴുവൻ യാതനയുടെയും മുന്നിലാണ്" എന്നായിരുന്നു റസ്കോൾ

നിക്കോവിന്റെ മറുപടി. It wasn't you I was bowing to, but the whole of human suffering'

വേദന അനുഭവിക്കുന്ന ഒരുവന്റെ മുന്നിലുള്ള കുമ്പിടൽ മുഴുവൻ മാനവയാതനയുടെയും മുന്നിലാകുന്നു എന്ന് പറയാൻ ആത്മീയത കൊണ്ടും നിറയുകയും സർഗ്ഗാത്മകതകൊണ്ട് പ്രകാശിക്കുകയും ചെയ്യുന്ന ഒരാൾക്ക് മാത്രമേ കഴിയുകയുള്ളൂ. അപ്പോഴാണ് നമുക്ക് ക്രിസ്തുവിനെ ഓർമ്മ വരിക. ആത്മീയതയുടെയും സർഗ്ഗാത്മകതയുടെയും നിറവിൽ നിന്ന ക്രിസ്തുവിനെ. അപ്പോഴാണ് അവൻ തന്റെ ഏറ്റവും സുന്ദരമായ ഉപമകൾ പറഞ്ഞത്. അവ അത്രയും ലളിതമായിരുന്നു, അത്രയും ശക്തവുമായിരുന്നു. അവൻ പറഞ്ഞ ഓരോ കഥകളിലൂടെയും കടന്നുപോയിട്ടുള്ള ഏതൊരാൾക്കും ബോധ്യമാകുന്നതാണ് ആ യാഥാർത്ഥ്യം.

സ്വന്തം ആവശ്യങ്ങൾ നിറവേറ്റിക്കിട്ടാനുള്ള ഇടമല്ല ആത്മീയത എന്ന് ഇനിയെങ്കിലും നാം തിരിച്ചറിയേണ്ടതുണ്ട്. മതത്തിന്റെ ആ പഠിപ്പീരിൽ നിന്ന് എപ്പോൾ നമുക്ക് മോചിതരാവാൻ കഴിയുന്നുവോ അപ്പോൾ മാത്രമാവും നമുക്ക് യഥാർത്ഥ ആത്മീയതയെ തൊട്ടറിയാൻ കഴിയുക. തീർത്ഥാടന വീഥി എന്നതാണ് ഇന്നത്തെ നിങ്ങളുടെ ചിന്താവിഷയം. ആത്മീയത ഒരു അന്വേഷണം ആണെന്നും അതൊരു നടത്തം ആണെന്നും ഈ വിഷയത്തിനു മുന്നിൽ ഇരിക്കുമ്പോൾ നിങ്ങൾ തിരിച്ചറിയേണ്ടതുണ്ട്. നിങ്ങളുടെ ഉള്ളിൽ ഉറഞ്ഞു കിടക്കുന്ന അപാരമായ സർഗ്ഗാത്മക ഊർജ്ജത്തെ കണ്ടെത്തി അതിനെ നിങ്ങളുടെ ഉള്ളിൽ തെളിഞ്ഞു വരുന്ന ആത്മീയതയുമായി കലർത്തുമ്പോഴാണ് മനോഹരങ്ങളായ ഫലങ്ങൾ ഉണ്ടാകുന്നത്. കസൻദ് സാക്കിസിന്റെ ബദാം മരത്തെപ്പോലെ ഈ ലോകത്തിനെ പൂവിട്ട് കാണിക്കുവാൻ കഴിയുക. ദൈവത്തെക്കുറിച്ച് ചോദിക്കുമ്പോൾ നിങ്ങൾക്കും പൂക്കളാവാൻ കഴിയട്ടെ.

(കോഴഞ്ചേരിയിൽ 'തീർത്ഥാടന വീഥി' എന്ന ആത്മീയ ശില്പശാല ഉദ്ഘാടനം ചെയ്തുകൊണ്ട് നടത്തിയ പ്രസംഗം)

കലയും സാഹിത്യവും
മലങ്കര സഭയും

യാദൃച്ഛികമായിട്ടാണെങ്കിലും ഇന്ത്യയുടെ സ്വാതന്ത്ര്യദിനത്തിലാണ് നാമിവിടെ ഒത്തുകൂടിയിരിക്കുന്നത് എന്നത് നമ്മെ ഓരോരുത്തരെയും ഏറെ ആഹ്ലാദിപ്പിക്കേണ്ട വസ്തുതയാണ്. ഇന്ത്യൻ സ്വാതന്ത്ര്യസമര ത്തോട് ക്രിസ്ത്യാനികൾ നിസ്സംഗരായാണ് പെരുമാറിയത് എന്ന് പൊതുവേ പറയാറുണ്ടെങ്കിലും ഇന്ത്യൻ ചരിത്രത്തിലാദ്യമായി ഒരു വൈദേശിക ശക്തിക്കെതിരെ ശബ്ദമുയർത്തിയത് മലങ്കര നസ്രാണികൾ ആയിരുന്നു എന്ന് പലരും ഇപ്പോൾ ഓർക്കാറില്ല. 1653 ൽ നടന്ന കൂനൻ കുരിശ് സത്യപ്രഖ്യാപനമായിരുന്നു അത്. മലങ്കര നസ്രാണികളുടെ മേൽ പറങ്കികളുടെ അധിനിവേശം ഒരുവിധത്തിലും അനുവദിക്കില്ല എന്ന ഉറച്ച പ്രഖ്യാപനമായിരുന്നു അത്. വാസ്കോഡ ഗാമ കാപ്പാട് കാലു കുത്തി യൂറോപ്യൻ അധിനിവേശം ആരംഭിച്ചിട്ട് അപ്പോൾ നൂറ്റമ്പത് വർഷ ങ്ങൾ കഴിഞ്ഞിട്ടേ ഉണ്ടായിരുന്നുള്ളൂ. പിന്നെയും ഇരുനൂറ് വർഷങ്ങൾ കൂടി കഴിഞ്ഞിട്ടാണ് ഝാൻസി റാണിയുടെ നേതൃത്വത്തിൽ ഒന്നാം സ്വാതന്ത്ര്യസമരം അരങ്ങേറുന്നത് എന്ന് നാം ഓർക്കുക. എന്നുമാത്ര മല്ല പിന്നീട് വിശ്വാസപരമായും രാഷ്ട്രീയപരമായും ഒട്ടനവധി അധിനി വേശങ്ങൾ ഉണ്ടായപ്പോഴെല്ലാം പരമമായ സ്വാതന്ത്ര്യം കാത്തു സൂക്ഷിച്ചു കൊണ്ടാണ്, അതിന്റെ വില മനസ്സിലാക്കിക്കൊണ്ടാണ് മലങ്കര സഭ ഇവിടെ വരെ എത്തി നിൽക്കുന്നത് എന്നത് സ്വാതന്ത്ര്യദിനം ആഘോഷിക്കാൻ നമ്മെ കൂടുതൽ യോഗ്യരാക്കുന്നുമുണ്ട്.

മലങ്കര നസ്രാണികളുടെ കലയെക്കുറിച്ചും സാഹിത്യത്തെക്കുറിച്ചും സംസാരിക്കുവാനാണ് ഇന്നെന്നോട് ആവശ്യപ്പെട്ടിരിക്കുന്നത്. മൊത്തം മലയാള സാഹിത്യചരിത്രം പരിശോധിക്കുമ്പോൾ പ്രത്യേകിച്ച് ആധു നിക സാഹിത്യം പരിശോധിക്കുമ്പോൾ അതിന്റെ സംഭാവന വളരെ ചെറുതാണ് എന്ന് സമ്മതിക്കേണ്ടി വരും. ഇതര സമുദായങ്ങളുമായും ഇതര സമൂഹങ്ങളുമായും തട്ടിച്ച് നോക്കുമ്പോൾ പ്രത്യേകിച്ചും. കല യിലും സാഹിത്യത്തിലും അങ്ങനെ ജാതി തിരിച്ച് കണക്ക് പറയാമോ എന്നാണ് ചോദ്യമെങ്കിൽ ഒരാൾ വളർന്നു വരുന്ന കുടുംബ സാമൂഹിക

സാഹചര്യങ്ങളാണ് അവന്റെ ഉള്ളിലെ അഭിരുചികളെ വളർത്തുകയും തളർത്തുകയും ചെയ്യുന്നത് എന്നുള്ളതുകൊണ്ടാണ് ഇത്തരം ചില കാര്യങ്ങൾ കൂടി പരിശോധിക്കേണ്ടി വരുന്നത്. കലയും സാഹിത്യവും ഒക്കെ രണ്ടാംതരം ഇടപാടുകൾ ആണെന്നും പണം സമ്പാദിക്കുക എന്നത് മാത്രമാണ് നമ്മുടെ മുഖ്യ അജണ്ടയെന്നും നാം നമ്മുടെ കുട്ടികളെ പഠിപ്പിച്ച് വെച്ചിട്ടുണ്ട്. എന്നുമാത്രമല്ല ഇവയൊക്കെ ക്രൈസ്തവവിരുദ്ധമാണ്, പാപത്തിന്റെ പട്ടികയിൽ പെടുന്നതാണ് എന്നൊരു ഗാഢമായ തോന്നലും ക്രിസ്ത്യാനികൾക്കുണ്ട്. കാലങ്ങളായി നാം ഉള്ളിൽ കൊണ്ടു നടക്കുന്ന വിശ്വാസമാണത്. അതുകൊണ്ടാണ് കേരളീയ ക്രിസ്തീയ സമൂഹത്തിൽ നിന്ന് ഉയർന്നുവന്നിട്ടുള്ള എഴുത്തുകാരിലും കലാകാരന്മാരിലും ഭൂരിപക്ഷവും സഭയോട് കലഹിച്ച് നിന്നിട്ടുള്ളവരായി മാറിയത്. അവരിൽ പലരെയും മഹറോൻ ചൊല്ലി സഭയിൽ നിന്ന് പുറത്താക്കുകയും അവർക്ക് തെമ്മാടിക്കുഴികൾ ഒരുക്കുകയും ചെയ്ത കഥയാവട്ടെ, അത്ര പഴയതുമില്ല.

ചരിത്രം പരിശോധിക്കുമ്പോൾ, സാഹിത്യത്തിന്റെയും കലയുടെയും തനതായ ഒരു പാരമ്പര്യമുണ്ടായിരുന്ന സമുദായമാണ് മലങ്കര നസ്രാണികൾ എന്ന് അദ്ഭുതത്തോടെ മനസ്സിലാക്കാൻ സാധിക്കും. പിന്നെ എങ്ങനെയാണ് ഇവയൊക്കെ പാപമാണ് മ്ലേച്ഛമാണ്, അധമമാണ് ക്രൈസ്തവ വിരുദ്ധമാണ് എന്നൊരു ചിന്ത നമ്മുടെ മനസ്സുകളിൽ കയറിക്കൂടിയത്? രണ്ടുതരം അധിനിവേശങ്ങളാണ് അതിനു കാരണമായത് എന്ന് വിശ്വസിക്കാനാണ് എനിക്കിഷ്ടം. ഒന്ന് പതിനാറാം നൂറ്റാണ്ടിലെ യൂറോപ്യന്മാരുടെ ആഗമനം. അതുവരെ തീർത്തും ഭാരതീയമായ വിശ്വാസങ്ങളും ആചാരങ്ങളും അനുഷ്ഠാനങ്ങളും ആരാധനാരീതികളും ഒക്കെയുണ്ടായിരുന്ന ഒരു സമൂഹത്തെ കലക്കി കളഞ്ഞത് അവരാണ്. തങ്ങൾ കണ്ടു ശീലിച്ചിട്ടില്ലാത്ത എല്ലാത്തിനെയും അപരിഷ്കൃതമെന്ന് പറഞ്ഞ്, അക്രൈസ്തവമെന്ന് ആരോപിച്ച് നശിപ്പിച്ചു കളയാനാണ് യൂറോപ്യന്മാർ എവിടെയും ശ്രമിച്ചിട്ടുള്ളത്. അമേരിക്കയിൽ അവർ അതാണ് ചെയ്തത്. ആഫ്രിക്കയിൽ അവർ അതാണ് ചെയ്തത്. ഓസ്ട്രേലിയയിലും അവർ അതുതന്നെയാണ് ചെയ്തത്.

യൂറോപ്യന്മാർ ഭാരതത്തിലേക്ക് കടന്നു വരുന്ന കാലത്ത് യൂറോപ്പിന്റെ സ്ഥിതി എന്തായിരുന്നു എന്ന് നാം അന്വേഷിക്കേണ്ടതുണ്ട്. അന്ന് യൂറോപ്പിൽ മാർട്ടിൻ ലൂഥറിന്റെ നേതൃത്വത്തിൽ റോമ സഭയ്ക്കെതിരെ വലിയ വിശ്വാസ വിപ്ലവം നടക്കുന്ന കാലമാണ്. ഏകാധിപത്യ സ്വഭാവം വെച്ചു പുലർത്തിയിരുന്ന മാർപാപ്പയേയും സഭാനേതൃത്വത്തേയും അതെത്രത്തോളം പിടിച്ചു കുലുക്കി എന്നത് ചരിത്രമാണ്. എന്നുമാത്രമല്ല ശാസ്ത്രത്തിലും സാഹിത്യത്തിലും കലയിലും ഏറ്റവും വലിയ സംഭാവനകൾ നൽകിയ നവോത്ഥാന കാലമായിരുന്നു അത്. അതുവരെയുണ്ടായിരുന്ന പല അറിവുകളെയും ശാസ്ത്രത്തിന്റെ പുതിയ കണ്ടുപിടുത്തങ്ങൾ അട്ടിമറിച്ചു. രണ്ടാം നൂറ്റാണ്ടിൽ ടോളമി അവതരിപ്പിച്ച

ഭൂമികേന്ദ്രീകൃതമായ പ്രപഞ്ച വീക്ഷണത്തെ നിരാകരിച്ചുകൊണ്ട് സൂര്യനെ വലം വെയ്ക്കുന്ന ഭൂമി എന്ന പ്രപഞ്ചസത്യം കോപ്പർ നിക്കസ് കണ്ടെത്തി. ഇത് ശാസ്ത്രീയമായി തെളിയിക്കാൻ കെപ്ലർക്കും ഗലീലി യോയ്ക്കും കഴിഞ്ഞു. ഭൂമി പരന്നതാണെന്ന വിശ്വാസവും തെറ്റാണെന്ന് തെളിയിക്കാനും അക്കാലത്ത് ഗലീലിയോയ്ക്ക് കഴിഞ്ഞു. ഈ കണ്ടെ ത്തലുകൾ ഒക്കെ ക്രിസ്ത്യൻ പഠിപ്പീരികൾക്ക് എതിരെ നിൽക്കുന്നതാ യിരുന്നു. അത് കത്തോലിക്കാ നേതൃത്വത്തെ ചൊടിപ്പിച്ചു. മതദ്രോഹ വിചാരണ നേരിട്ട് ജയിൽവാസം അനുഭവിക്കാനായിരുന്നു ഗലീലിയോ യുടെ വിധി. അറിവും കലയും സാഹിത്യവും ഒക്കെ മതവിശ്വാസത്തിനും സഭയ്ക്കും എതിരെ നിൽക്കുന്നതാണ് എന്നൊരു വിചാരം രൂപപ്പെടു കയും അത് മിഷണറിമാരിലൂടെ പ്രചരിപ്പിക്കപ്പെടുകയും ചെയ്യുന്നത് അങ്ങനെയാണ്. അവർ കേരളത്തിൽ എത്തിയപ്പോൾ ഇവിടെയുണ്ടായി രുന്ന സർവ്വതും മോശവും ക്രൈസ്തവ വിരുദ്ധവുമാണെന്ന് പഠിപ്പിക്കാൻ തുടങ്ങി. അതിനെ അറിയാതെ പിൻപറ്റിയ നമ്മുടെ മനസ്സിൽ അത് രൂഢ മൂലയായി അടിയുറയ്ക്കുകയും ചെയ്തു.

രണ്ടാമത്തെ കാരണം, പെന്തക്കോസ്ത് വിശ്വാസത്തിന്റെ കടന്നു വരവാണ്. അതിന്റെ ഈറ്റില്ലമാകട്ടെ അമേരിക്കയും. അവിടുത്തെ അരാ ജകത്വം നിറഞ്ഞ ജീവിതശൈലിക്ക് ഒരു മറുമരുന്ന് എന്ന നിലയിലായി രുന്നു പെന്തക്കോസ്ത് വിശ്വാസം അവിടെ ശക്തിയാർജ്ജിച്ചത്. അതാ വട്ടെ, സംഗീതം, കല, ശാസ്ത്രം സാഹിത്യം എന്നിങ്ങനെ സർഗ്ഗാത്മക മായ സർവ്വതിനോടും അകലം പാലിക്കാനും വേദപുസ്തകത്തിനുള്ളിൽ മാത്രം ഒതുങ്ങുന്ന ഒരു അടഞ്ഞ ജീവിതം നയിക്കാനുമാണ് മനുഷ്യരെ പഠിപ്പിച്ചത്. സാത്വികവും പ്രാർത്ഥനാനിർഭരവുമായ ഒരു ജീവിതം നയി ച്ചിരുന്ന കേരളീയ സഭകൾക്ക് വേണ്ടി ഉണ്ടാക്കിയതായിരുന്നില്ല ആ ജീവിതക്രമങ്ങൾ. പൊതുസമൂഹത്തിന്റെ ഭാഗമായി നില്ക്കാൻ അത്തരം അടഞ്ഞ രീതികൾക്ക് കഴിയുകയുമില്ല. പക്ഷേ വൈദേശികമായതെന്തി നെയും കണ്ണടച്ച് സ്വീകരിച്ച് അതാണ് ശരിയെന്ന് വിശ്വസിക്കുന്ന പാര മ്പര്യമുള്ള നസ്രാണികളിൽ വലിയ സ്വാധീനമുണ്ടാക്കാൻ അവയ്ക്ക് കഴിഞ്ഞിട്ടുണ്ട് എന്നത് മറച്ചു പിടിക്കേണ്ട കാര്യമല്ല. ശരീരംകൊണ്ട് മലങ്കരസഭയിൽ ആണെങ്കിലും മനസ്സുകൊണ്ട് പെന്തക്കോസ്തുകാരാ യാണ് നമ്മിൽ പലരും ജീവിക്കുന്നത്.

മലങ്കരദേശത്ത് ജീവിച്ചിരുന്ന മർത്തോമ്മൻ നസ്രാണികൾ അവരുടെ വിവാഹവേളകളിൽ പാടിയിരുന്ന പാട്ടുകൾ എഴുതിയ അജ്ഞാതരായ മനുഷ്യരാണ് ഈ സമുദായത്തിലെ ആദ്യ സാഹിത്യകാരന്മാർ എന്നു വേണമെങ്കിൽ പറയാം. അയനിപ്പാട്ട്, പന്തൽപ്പാട്ട്, അന്തം ചാർത്ത് പാട്ട്, മൈലാഞ്ചിപ്പാട്ട്, വാതിൽ തുറപ്പാട്ട്, തോബിയാസിന്റെ പാട്ട്, ആദത്തിന്റെ വട്ടക്കളി, മൂശയുടെ വട്ടക്കളി എന്നിവയൊക്കെ ഉദാഹരണങ്ങളാണ്. മല ങ്കര നസ്രണികൾക്കിടയിൽ നിലനിന്നിരുന്ന നിരവധി ആചാരങ്ങളിലേക്കും

ആഘോഷരീതികളിലേക്കും ഒക്കെ ഈ പാട്ടുകളുടെ പേരുകൾ സൂചന നൽകുന്നുണ്ട്. വീരടിയാൻ പാട്ട്, പാണൻ പാട്ട് എന്നിവയിലാകട്ടെ യേശു ക്രിസ്തു, കന്യാമറിയം, മർത്തോമ്മാ എന്നിവരെ പരാമർശിക്കുന്നുണ്ടെന്ന് ഗവേഷകർ പറയുന്നുണ്ട്. കലയിലേക്ക് വന്നാൽ നമുക്ക് ചവിട്ടുനാടകം ഉണ്ടായിരുന്നു, പരിശമുട്ട് കളി ഉണ്ടായിരുന്നു. മാർഗ്ഗംകളി ഉണ്ടായിരുന്നു. ഞാൻ പറഞ്ഞു വന്നത്, നമ്മുടെ പൂർവ്വികർ വാതിലടച്ചിരുന്ന് രാവിലെ മുതൽ രാത്രി വരെ പ്രാർത്ഥിക്കുന്നവർ മാത്രമായിരുന്നില്ല എന്നാണ്. അവർക്ക് പൊതുസമൂഹവുമായി നല്ല ബന്ധമുണ്ടായിരുന്നു. അവർക്ക് സാഹിത്യവും കലയും സംഗീതവും ഒന്നും അസ്പർശ്യമായിരുന്നില്ല. അതുകൊണ്ടൊന്നും അവരുടെ നന്മയ്ക്കോ ക്രിസ്തീയതയ്ക്കോ ഒരു കോട്ടവും സംഭവിച്ചുമില്ല. പിന്നാലെ പുറത്തു നിന്നു വന്ന ചിലർ, മിഷ ണറിമാർ, പുതുവിശ്വാസം പ്രചരിപ്പിക്കുന്നവർ ആണ് നമ്മുടെ പൂർവ്വി കരിൽ കുറ്റം ആരോപിച്ചത്. അവർ ആത്മീയതയിൽ കുറഞ്ഞു പോയ വരാണെന്ന് പറഞ്ഞ് നമ്മുടെ പ്രാർത്ഥനാഗ്രന്ഥങ്ങളും ആരാധനാക്രമ ങ്ങളും പാട്ടുപുസ്തകങ്ങളും ചരിത്രത്താളുകളും തീയിട്ട് നശിപ്പിച്ചത്. നമ്മുടെ ആചാരങ്ങളും ആഘോഷങ്ങളും തുടച്ച് നീക്കിയത്.

ടോൾസ്റ്റോയിയുടെ ഒരു കഥയുണ്ട്. ആദിവാസികളായ മനുഷ്യർ മാത്രം താമസിക്കുന്ന ഒരു ദ്വീപിലേക്ക് സുവിശേഷം അറിയിക്കുന്നതി നായി ഒരു ബിഷപ്പും രണ്ട് പുരോഹിതന്മാരും കപ്പൽ കയറിച്ചെന്നു. ആ ആദിമ ജനത അന്നേവരെ സുവിശേഷം കേട്ടിട്ടുണ്ടായിരുന്നില്ല. ബിഷപ്പും പുരോഹിതന്മാരും ചേർന്ന് അവർക്ക് അത് പറഞ്ഞു കൊടുത്തു. ക്രിസ്തു വിനെക്കുറിച്ച് പറഞ്ഞു. അവന്റെ അത്ഭുതപ്രവർത്തികളെക്കുറിച്ച് പറഞ്ഞു. അവൻ വെള്ളം വീഞ്ഞാക്കിയതും കടലിനു മീതെ നടന്നതും പറഞ്ഞു കൊടുത്തു. പിന്നെ അവനെ കർതൃപ്രാർത്ഥന പഠിപ്പിച്ചു കൊടുത്തു. എല്ലാം കഴിഞ്ഞ് ആ ജനത സത്യവിശ്വാസം പഠിച്ചു എന്ന ബോധ്യത്തിൽ ബിഷപ്പും പുരോഹിതന്മാരും തിരിച്ച് വൻകരയ്ക്ക് കപ്പൽ കയറി. കപ്പലിന്റെ പടകിൽ നിന്ന് ദ്വീപ് വീക്ഷിച്ചുകൊണ്ട് നിൽക്കുക യായിരുന്ന ബിഷപ്പ് പെട്ടെന്ന് എന്തോ കണ്ട് തല കറങ്ങി വീണു. അതെന്താണെന്നറിയാൻ കൂടെയുണ്ടായിരുന്നവരിൽ ഒന്നാമത്തെ പുരോ ഹിതൻ എത്തി നോക്കി പെട്ടെന്ന് അയാളും തല കറങ്ങി വീണു. രണ്ടു പേരും വീണതിന്റെ കാരണമന്വേഷിച്ച് മൂന്നാമത്തെ ആൾ നോക്കുമ്പോൾ കാണുന്ന കാഴ്ച ആ ദ്വീപിലെ ആദിവാസികളായ മൂപ്പന്മാരിൽ രണ്ടു പേർ വളരെ വേഗം കടലിനു മീതേക്കൂടി ഓടി വരുന്നു. കർത്താവിന്റെ അനുയായികൾ എന്ന് സ്വയം വിശ്വസിക്കുകയും അവനെക്കുറിച്ച് പഠി പ്പിക്കുകയും ചെയ്തു നടക്കുന്നവരാണ് ആ മൂന്നുപേരും. കടലിന്റെ മീതെ നടന്നവനെക്കുറിച്ച് പറയുകയല്ലാതെ അന്നേദിവസംവരെ വെള്ളത്തിനു മീതെ ഒരു ചുവടു വെയ്ക്കാൻ പോലും അവർക്ക് കഴിഞ്ഞിട്ടില്ല. അപ്പോ ഴാണ് തങ്ങൾ അപരിഷ്കൃതരെന്നും ആത്മീയതയില്ലാത്തവരെന്നും ദൈവത്തെ അറിയാത്തവരെന്നും വിശ്വസിച്ച ജനതയിലെ രണ്ടുപേർ

വെള്ളത്തിനു മീതേക്കൂടി വെറുതെ ഓടി വരുന്നത്. അവർ ഓടി പടകി നരികെ എത്തി ബിഷപ്പിനോട് പറഞ്ഞു. 'നിങ്ങൾ ഞങ്ങളെ പഠിപ്പിച്ച ആ പ്രാർത്ഥനയില്ലേ... അതിലെ രണ്ടാമത്തെ വാചകം ഞങ്ങൾ മറന്നു പോയി. അതെന്തായിരുന്നു എന്ന് ചോദിക്കാൻ ഞങ്ങൾ ഓടി വന്ന താണേ' എന്ന്.

എന്താണ് ഈ കഥയിലൂടെ ടോൾസ്റ്റോയി ഉദ്ദേശിക്കുന്നത്? നമ്മുടെ വിശ്വാസം ശരിയല്ല എന്ന മട്ടിൽ നമ്മെ പുതുവിശ്വാസം പഠിപ്പിക്കാൻ കപ്പൽ കയറി വരുന്ന പലരെയും അദ്ഭുതപ്പെടുത്തുന്ന ആത്മീയത നമുക്കും നമ്മുടെ പൂർവ്വികർക്കും ഉണ്ട് എന്നുതന്നെ. അത് പക്ഷേ നമ്മൾ മനസ്സിലാക്കുന്നില്ല എന്നുമാത്രം.

നമ്മുടെ ആദിമസാഹിത്യത്തിൽ ഏറെയും ചെന്തമിഴിൽ എഴുത പ്പെട്ടവയാണ്. അന്ന് അതായിരുന്നു കേരളീയരായ നസ്രാണികളുടെ നാട്ടുഭാഷ. അതിനാകട്ടെ അനേകം പ്രാദേശിക വകഭേദങ്ങളും ഉണ്ടായി രുന്നിരിക്കാം. വളരെ പതിയെ ആണ് അത് ഇപ്പോഴത്തെ ശുദ്ധമലയാള ത്തിലേക്ക് വളരുന്നത്. അതിനു പുറംദേശത്തു നിന്നുവന്ന മിഷണറിമാ രുടെ പങ്കിനെ നമുക്ക് തള്ളിക്കളയാനാവില്ല. ഹെർമ്മൻ ഗുണ്ടർട്ടിന്റെ യും ബെഞ്ചമിൻ ബെയ്‌ലിയുടെയും അർണോസ് പാതിരിയുടെയും പേ രുകൾ മറന്നുകൊണ്ട് നമുക്ക് മലയാളഭാഷയെക്കുറിച്ച് ചിന്തിക്കാൻ പോലും ആവില്ല. ചെന്തമിഴിൽ വ്യവഹാരം നടത്തിയിരുന്ന ഒരു സമൂഹ ത്തിനെ എന്തിനാണ് മലയാളത്തിലേക്ക് വിവർത്തനം ചെയ്തെടുത്തത് എന്നു ചോദിച്ചാൽ അത് വെറും ഭാഷാസ്നേഹമല്ല, ഈ സമൂഹത്തെ നിയന്ത്രിക്കാൻ പ്രാപ്തമായ ഒരു പൊതുഭാഷ നിർമ്മിക്കൽ ആയിരുന്നു എന്നുവേണം അനുമാനിക്കാൻ.

പിൽക്കാലത്ത് ബ്രിട്ടീഷുകാർ ഇംഗ്ലീഷ് വിദ്യാഭ്യാസം സാർവ്വത്രിക മാക്കിയതിന്റെ പിന്നിൽ അവരെ സേവിക്കാൻ പ്രാപ്തമായ ഒരു വർഗ്ഗത്തെ സൃഷ്ടിച്ചെടുക്കൽ ആയിരുന്നു ഉദ്ദേശ്യം എന്ന് എല്ലാവർക്കും അറിയാവു ന്നതാണല്ലോ. പ്രാകൃതരൂപത്തിൽ ആയിരുന്ന ഒരു ഭാഷയെ, മലയാ ളത്തെ, ചിട്ടവട്ടങ്ങളും നിയമാവലികളും വ്യാകരണങ്ങളും ഉള്ള ഒരു ഭാഷ യാക്കി മാറ്റിയെടുത്തതിന്റെ പിന്നിലും ഈ ചേതോവികാരം പ്രകടമായി രുന്നിരിക്കാം എന്ന് വിശ്വസിക്കാൻ കാരണങ്ങൾ ഉണ്ട്. മലയാളത്തിലേക്ക് ഇത്രയധികം വൈദേശിക പദങ്ങൾ കടന്നുവന്നതിനു കാരണവും അതു തന്നെയാവാം. എത്രയധികം പോർച്ചുഗീസ്, ഡച്ച്, ഇംഗ്ലീഷ് പദങ്ങളാണ് നമ്മൾ നമ്മുടെ സ്വന്തമായി കൊണ്ടുനടക്കുന്നത്. എങ്ങനെയാണ് മല യാളിക്ക് ഒരു ഭാഷയിൽനിന്ന് മറ്റൊന്നിലേക്ക് പരിണമിക്കാൻ കഴിഞ്ഞതും അന്യഭാഷാപദങ്ങളെ സ്വന്തം പോലെ സ്വീകരിക്കാൻ കഴിഞ്ഞതും എന്ന ന്വേഷിച്ചാൽ നമുക്ക് തനതായ ഒരു ഗോത്രപാരമ്പര്യം ഇല്ലാത്തതാണ് എന്ന് കണ്ടെത്താൻ കഴിയും. ഒരു തമിഴനുള്ളതുപോലെയും ഒരു പഞ്ചാബിക്ക് ഉള്ളതുപോലെയോ ഒരു പട്ടാണിക്ക് ഉള്ളതുപോലെയോ

തീക്ഷ്ണമായ ഗോത്രപാരമ്പര്യം ഒന്നും മലയാളിക്കില്ല. കാരണം നാം ഒരു സങ്കരവർഗ്ഗമാണ്. നമ്മുടെ തന്നെ മുഖങ്ങളിൽ നമുക്ക് ഒരു മംഗോളിയനെയോ കൊക്കേഷ്യനെയോ നീഗ്രോയിഡിനെയോ ദ്രാവിഡനെയോ ഒക്കെ വായിച്ചെടുക്കാൻ കഴിയുന്നത് അതുകൊണ്ടാണ്. പഴയകാലത്തെ ഒരു മെട്രോ നഗരമായിരുന്നു കേരളം. എത്രയോ നൂറ്റാണ്ടുകൾ മുൻപേ യവനന്റെയും ചീനന്റെയും അറബിയുടെയും കപ്പലുകൾ നമ്മുടെ പ്രശസ്തങ്ങളായ തുറമുഖങ്ങൾ തേടി വന്നു. അവർ ഒക്കെ ഇവിടെ താമസമുറപ്പിച്ച് ഈ ജനതയോട് അലിഞ്ഞു ചേർന്നതായി കാണാം. നാലാം നൂറ്റാണ്ടിലും എട്ടാം നൂറ്റാണ്ടിലും നടന്ന രണ്ട് പേർഷ്യൻ കുടിയേറ്റങ്ങൾ നമ്മുടെ തന്നെ ചരിത്രത്തിന്റെ ഭാഗമാണല്ലോ. അങ്ങനെ വരുത്തന്മാരുടെ ഒരു ദേശത്ത് ജീവിക്കുന്നവർക്ക് അന്യവാക്കുകൾ സ്വന്തം പോലെ സ്വീകരിക്കാൻ ഒരു മടിയും ഉണ്ടായിരുന്നിരിക്കില്ല.

എന്തായാലും ഇന്ന് നമ്മെ നമ്മളായി നിലനിർത്തുന്ന ഏക ഘടകം മലയാളം മാത്രമാണ്. അത് നമ്മിൽ നിന്ന് എടുത്ത് മാറ്റിക്കളഞ്ഞാൽ നാം വിശ്വാസങ്ങളിലും ആചാരങ്ങളും ആഘോഷങ്ങളിലും ഭിന്നത പുലർത്തുന്ന വ്യത്യസ്ത സംഘങ്ങൾ മാത്രമാണ്. അതുകൊണ്ട് ഈ ഭാഷാ വളർച്ച നമ്മെ സംഘബോധമുള്ള ഒരു ജനതയായി വളർത്താൻ സഹായിച്ചിട്ടുണ്ട് എന്നതാണ് സത്യം. ഈ ഭാഷയിലേക്കുള്ള വളർച്ചയുടെ ഓരോ ഘട്ടത്തിലും ഗണ്യമായ സംഭാവനകൾ നൽകാൻ മലങ്കര നസ്രാണികൾക്കും കഴിഞ്ഞിട്ടുണ്ട്. ഭാഷയും സാഹിത്യവും കലയും അന്യമായ രീതിയിൽ അല്ല യൂറോപ്യന്മാരുടെ ആഗമനത്തിനു ശേഷവും നാം ജീവിച്ചത് എന്ന് സാരം. പക്ഷേ അവയിൽ ഭൂരിപക്ഷവും തമസ്കരിക്കപ്പെട്ടു പോയിരിക്കുന്നു എന്നതാണ് സങ്കടകരമായ അവസ്ഥ. എ.ആർ. രാജരാജവർമ്മയുടെ കേരളപാണിനീയത്തെക്കുറിച്ച് വാചാലമായി സംസാരിക്കുന്ന മലയാളി പക്ഷേ അതിനും മുൻപേ രചിക്കപ്പെട്ട റവ. ജോർജ് മാത്തന്റെ 'മലയാഴ്മയുടെ വ്യാകരണ' ത്തെക്കുറിച്ച് കേട്ടിട്ടു പോലുമില്ല. മലയാളഭാഷയ്ക്ക് വേണ്ടി മലയാളിയാൽ രചിക്കപ്പെട്ട ആദ്യ ഭാഷാശാസ്ത്രഗ്രന്ഥമായിരുന്നു അത്.

പതിനേഴ്, പതിനെട്ട് നൂറ്റാണ്ടുകളിൽ ജീവിച്ചിരുന്ന ചാണ്ടി മാപ്പിള, കുരുവിള കത്തനാർ, ചാക്കോ മാപ്പിള എന്നീ കവികളുടെ ഓശാനാ വിശേഷം, മാർ ഗീവറുഗീസ് പാന എന്നീ കവിതകൾ ആരും ഓർക്കുന്നില്ല. എന്തിന്, അതിനും മുൻപ് പതിനഞ്ചാം നൂറ്റാണ്ടിൽ മണിപ്രവാള സാഹിത്യം നിലനിന്നിരുന്ന കാലത്ത് വേളൂർ കൊന്നയിൽ കൊച്ചുകുഞ്ഞ് റൈറ്റർ എന്നൊരാൾ 'ക്രൈസ്തവ വേദ ചരിത്രം മുപ്പത്തിനാല് വൃത്തം' എന്ന പേരിൽ ഒരു മണിപ്രവാളകാവ്യം തന്നെ രചിച്ചിട്ടുണ്ട്. ഗദ്യസാഹിത്യം പ്രബലപ്പെട്ട കാലത്താകട്ടെ, കരിയാറ്റിൽ യൗസേഫ് മല്പാൻ രചിച്ച വേദതർക്കം, ഫാദർ ക്ലമന്റ് പീയൂസ് രചിച്ച സംക്ഷേപവേദാർത്ഥം എന്നിവ കൂടാതെ മലയാളത്തിലെ ആദ്യത്തെ എഴുതപ്പെട്ട യാത്രാ

വിവരണമായ 'വർത്തമാനപ്പുസ്തകം' രചിച്ചത് പാറേമ്മാക്കൽ തോമ്മാക്കത്തനാർ ആയിരുന്നല്ലോ. അച്ചടിക്കപ്പെട്ട ആദ്യത്തെ യാത്രാവിവരണമാകട്ടെ പരിശുദ്ധ പരുമല തിരുമേനി രചിച്ച ഊർശ്ലേം യാത്രാവിവരണവും.

ബൈബിൾ വിവർത്തനം നടത്തിയ ബെഞ്ചമിൻ ബെയ്‌ലിയെക്കുറിച്ച് നാം കേട്ടിട്ടുണ്ട്. എന്നാൽ അതിനും മുൻപ് കായംകുളം ഫീലിപ്പോസ് റമ്പാന്റെ നേതൃത്വത്തിൽ മലയാളത്തിലേക്ക് വേദപുസ്തകം പരിഭാഷ ചെയ്തിട്ടുണ്ട്. റമ്പാൻ ബൈബിൾ എന്നാണത് അറിയപ്പെടുന്നത്. നാം ഭാഷയിലും സാഹിത്യത്തിലും ഊർജ്ജസ്വലതയോടെ ഇടപെട്ടതിന്റെ എത്രയും ഉദാഹരണങ്ങൾ വേണമെങ്കിലും ഇനിയും നല്കാം. വട്ടശ്ശേരിൽ തിരുമേനിയുടെ മതോപദേശസാരങ്ങൾ, കണ്ടത്തിൽ വർഗ്ഗീസ് മാപ്പിളയുടെ സച്ചരിത്രശതകം ഉൾപ്പെടെ നിരവധി കൃതികൾ. കട്ടക്കയം ചെറിയാൻ മാപ്പിളയുടെ രചനകൾ കല്ലൂർ ഉമ്മൻ ഫീലിപ്പോസിന്റെ ആൾമാറാട്ടം എന്ന ആദ്യനാടകം, പോളച്ചിറയ്ക്കൽ കൊച്ചീപ്പൻ തരകന്റെ മറിയാമ്മ നാടകം എന്നിങ്ങനെ എത്രയെത്ര ഉദാഹരണങ്ങൾ.

എന്നാൽ അത്തരം എല്ലാ സർഗ്ഗാത്മക പ്രവർത്തനങ്ങളിൽ നിന്നും നാം ഒഴിഞ്ഞു പോയിരിക്കുന്നു. പണമുണ്ടാക്കണം എന്നൊരു ലക്ഷ്യം മാത്രമേ ജീവിതത്തിനുള്ളൂ എന്ന് നാം നമ്മെ തന്നെ പറഞ്ഞ് വിശ്വസിപ്പിച്ചിരിക്കുന്നു. ക്രിസ്തുവിനെ പോലും നാം അതിനു കൂട്ട് പിടിക്കുന്നു. അങ്ങനെ സർവ്വേശ്വരൻ നമ്മുടെ കുട്ടികളിൽ നിക്ഷേപിച്ചിരിക്കുന്ന സർഗ്ഗവാസനകളെ മുഴുവൻ മുരടിപ്പിച്ചു കളയാൻ നാം കാരണക്കാരാവുന്നു. എത്രയോ അധികം കഴിവുകളോടെയാവാം നമ്മുടെ കുട്ടികൾ പിറന്നു വീണിട്ടുണ്ടാവുക. അവരിൽ നൃത്തം ചെയ്യാനും ചിത്രം വരയ്ക്കാനും കവിത എഴുതാനും നോവൽ രചിക്കാനും പ്രാപ്തിയുള്ളവർ ഉണ്ടായിരുന്നിരിക്കാം. ഇനിയെങ്കിലും നാം അവരുടെ കഴിവുകളെ കണ്ടെത്താൻ ശ്രമിക്കേണ്ടതുണ്ട്. അതിനു വേണ്ടവിധം പ്രോത്സാഹനം നൽകേണ്ടതുണ്ട്. അതൊന്നും ക്രൈസ്തവീയതയ്ക്കും ആത്മീയതയ്ക്കും എതിരെ നില്ക്കുന്നവയല്ല. ഈശ്വരൻ കനിഞ്ഞു നൽകിയിരിക്കുന്ന താലന്തുകളെ പ്രോത്സാഹിപ്പിക്കാതെ മുരടിപ്പിച്ചു കളയുന്നതാണ് യഥാർത്ഥ ക്രൈസ്തവിരുദ്ധം. ഇന്നലെ കടന്നു വന്ന ചില പുത്തൻ ആശയക്കാർ നമ്മുടെ മനസ്സിൽ അടിച്ചേല്പിച്ച ചില വിചാരങ്ങളിൽ നിന്ന് നാം ഇനിയെങ്കിലും പുറത്തു കടന്നാലേ അത് സാധ്യമാക്കൂ. ഈ സ്വാതന്ത്ര്യദിനം അങ്ങനെ ഒരു മോചനദിനമായിത്തീരട്ടെ എന്ന് ആശിക്കുകയും ആശംസിക്കുകയും ചെയ്യുന്നു.

(പാലാരിവട്ടം സെന്റ് ജോർജ് ഓർത്തഡോക്സ് വലിയ പള്ളിയിൽ
കുടുംബസംഗമത്തിന്റെ ഭാഗമായി നടത്തിയ പ്രസംഗം)

മടങ്ങിവരവ് -
സാധ്യതകളും വെല്ലുവിളികളും

ലോകം ഇന്ന് കടന്നുപോകുന്ന സമാനതകളില്ലാത്ത സാഹചര്യത്തെക്കുറിച്ച് ഞാനിവിടെ സൂചിപ്പിക്കേണ്ടതില്ല എന്നു തോന്നുന്നു. ഇതിനു മുൻപും മഹാമാരികളും യുദ്ധങ്ങളും നമ്മുടെ ലോകത്തെ ഗ്രസിച്ചിട്ടുണ്ടെങ്കിലും അപ്പോഴൊക്കെ സുരക്ഷിതമെന്ന് വിശ്വസിക്കാവുന്ന ചില ഇടങ്ങൾ അവിടവിടെ അവശേഷിച്ചിരുന്നു. എന്നാൽ ഇന്ന് അതല്ല സ്ഥിതി. മൂലധനത്തിന്റെ സഞ്ചാരത്തിനുസരിച്ച് മനുഷ്യർ നിരന്തരം സഞ്ചരിക്കുന്നവരും കൂടിക്കലരുന്നവരും ഇടപഴകുന്നവരും ആണെന്ന് വന്നതോടെ ഒന്നും ബാധിക്കാത്ത സുരക്ഷിതമായ ഏദൻ തോട്ടങ്ങൾ എന്ന സ്വപ്നം അവസാനിച്ചു. എങ്കിലും നമ്മുടെ കൊച്ചുകേരളം ഇന്നോളം ഒന്നിച്ചു നിന്ന് ഈ മഹാമാരിയെ പിടിച്ചു കെട്ടുന്നതിൽ വിജയിച്ചു എന്നത് നമുക്കേവർക്കും അഭിമാനകരമായ നേട്ടമാണ്. ദൈവത്തിന്റെ സ്വന്തം നാട് എന്ന വാചകം അന്വർത്ഥമാക്കാൻ നമുക്കിപ്പോഴാണ് കഴിഞ്ഞത്. ഒന്നാം ലോക രാജ്യങ്ങളിൽ വസിക്കുന്നവർ പോലും നമ്മെ ഇന്ന് ഇത്തിരി അസൂയയോടെ നോക്കി കാണുന്നുണ്ട്.

എന്നാൽ നമ്മുടെ പ്രവാസി സഹോദരന്മാർ വളരെ ഭീതിയിലും സങ്കടത്തിലുമാണ് കഴിയുന്നത് എന്ന് നാം മറന്നുകൂടാ. കേരളത്തിനു വെളിയിൽ ഏതാണ്ട് 94 മലയാളികൾക്ക് ഇതിനോടകം ജീവൻ നഷ്ടപ്പെട്ടു. അതിൽ 45 പേർ ഗൾഫിലാണ് എന്നത് പ്രത്യേകം ശ്രദ്ധിക്കേണ്ട കാര്യമാണ്. ഇതര രാജ്യങ്ങളിലേക്ക് കുടിയേറിയ മലയാളികളുടെ / ഇന്ത്യക്കാരുടെ കൂട്ടത്തിൽ അല്ല നാം ഗൾഫ് പ്രവാസി സമൂഹത്തെ ഉൾപ്പെടുത്തേണ്ടത്. ഇതര രാജ്യങ്ങളിലേക്ക് പോയവരിൽ ഭൂരിപക്ഷവും അവിടുത്തെ കുടിയേറ്റക്കാരാണെങ്കിൽ, ആ രാജ്യങ്ങൾ അതിന്റെ പൗരനു നൽകുന്ന എല്ലാ ആനുകൂല്യങ്ങളും സൗകര്യങ്ങളും അനുഭവിച്ച് ജീവിക്കുന്നവരാണെങ്കിൽ, ഗൾഫ് പ്രവാസികൾ വെറും കരാർ തൊഴിലാളികളാണ്. എത്ര വർഷം അവിടെ താമസിച്ചാലും ഒരു ദിവസം നാട്ടിലേക്ക് മടങ്ങേണ്ടവർ, ഇന്ത്യയുടെ അല്ലാതെ മറ്റൊരു പാസ്പോർട്ടും

കൈവശമില്ലാത്തവർ. തങ്ങളുടെ സമ്പാദ്യം മുഴുവൻ നാട്ടിൽ നിക്ഷേപിച്ചിരിക്കുന്നവർ. നാടിനെക്കുറിച്ചല്ലാതെ മറ്റൊന്നും ചിന്തയിൽ ഇല്ലാത്തവർ. അവരെ തിരികെ എത്തിക്കാൻ കേന്ദ്രസർക്കാർ കാണിച്ച അമാന്തം കടുത്ത അപരാധമായിപ്പോയി എന്ന് പറയാതെ വയ്യ.

മെയ് ഏഴാം തീയതി മുതൽ അവർ മടങ്ങി വരുകയാണ്. നമുക്കേവർക്കും അറിയാവുന്നതുപോലെ ഏതാണ്ട് നാലര ലക്ഷം മലയാളികളാണ് മടങ്ങി വരവിനായി നോർക്കയിൽ രജിസ്റ്റർ ചെയ്തു കഴിഞ്ഞിരിക്കുന്നത്. അതിൽ അറുപതിനായിരത്തോളം ആളുകൾ ജോലി നഷ്ടപ്പെട്ടവരാണ്. ബാക്കി ഏറെപ്പേരോട് ദീർഘമായ അവധിയിൽ പോകാൻ കമ്പനികൾ ആവശ്യപ്പെട്ടിരിക്കുന്നു. ഇനി ചിലർ അവധിയിൽ വരുന്നെങ്കിലും ഭാവി അനിശ്ചിതത്വത്തിലാണ്. അവിടെ നിൽക്കുന്ന ഏറെപ്പേരുടെ ശമ്പളം നാല്പത് ശതമാനത്തോളം വെട്ടിക്കുറച്ചിരിക്കുന്നു. കുടുംബമായി അവിടെ കഴിഞ്ഞിരുന്ന പലർക്കും അതിനുള്ള സാമ്പത്തിക സ്ഥിതി ഇല്ലെന്ന് വന്നിരിക്കുന്നു.

1950കൾ മുതൽ ആരംഭിച്ച ഗൾഫ് പ്രവാസ ചരിത്രത്തിൽ ഒരിക്കലും സമാനമായ സ്ഥിതിഗതികൾ നേരിടേണ്ടി വന്നിട്ടില്ല എന്നതാണ് യാഥാർത്ഥ്യം. ഗൾഫ് യുദ്ധം ഉണ്ടായി. അന്നത് ഗ്രസിച്ചത് കുവൈറ്റിൽ ഉള്ളവരെ മാത്രമാണ്. ഇതര ഗൾഫ് രാജ്യങ്ങളിൽ വ്യാപകമായ തൊഴിൽ നഷ്ടം ഉണ്ടായില്ല. 2008ലെ ലോക സാമ്പത്തിക പ്രതിസന്ധി മുഖ്യമായും ബാധിച്ചത് യു.എ.ഇയിൽ ഉള്ളവർ മാത്രമാണ്. നിതാഖത്ത് ഉൾപ്പടെയുള്ള സ്വദേശിവത്കരണം സൗദി, ഒമാൻ തുടങ്ങിയ രാജ്യങ്ങളിലെ പ്രവാസികളെ ബാധിച്ചു. എന്നാൽ ജി.സി.സി രാജ്യങ്ങളെ ഒന്നാകെ ഒരേസമയം ബാധിക്കുന്ന ഒരു പ്രശ്നം ആദ്യമായാണ് ഉണ്ടാവുന്നത്. അതുകൊണ്ടു തന്നെ മുൻ സാഹചര്യങ്ങൾ ഒന്നുമായും താരതമ്യം ചെയ്തുകൊണ്ട് നമുക്ക് ഇപ്പോൾ പ്രവാസി സമൂഹത്തിനുണ്ടായിരിക്കുന്ന പ്രതിസന്ധിയെ ചർച്ച ചെയ്യാൻ സാധിക്കില്ല എന്നതാണ് നിലനിൽക്കുന്ന യാഥാർത്ഥ്യം.

ഇന്നോളമുണ്ടായ പ്രതിസന്ധികളെ ഗൾഫ് മലയാളി സമൂഹം എങ്ങനെയാണ് മറികടന്നിരുന്നത് എന്നു നോക്കാം. ഒരു സാഹചര്യത്തിൽ ഒരുകൂട്ടം ആളുകൾ ഒരു രാജ്യത്തു നിന്ന് പെട്ടെന്ന് മടങ്ങി വരുന്നു. അതിൽ കുറച്ചുപേർ ഇനി തൊഴിൽ വേണ്ട, സ്വസ്ഥമായി നാട്ടിൽ കഴിയാം എന്ന് കരുതുന്നവർ ആണ്. അവർ നാട്ടിൽ കുടുംബത്തോടൊപ്പം കൂടുന്നു. അപൂർവ്വം ചിലർ ധൈര്യപൂർവ്വം ചില സ്വയംതൊഴിൽ സംരംഭങ്ങളിലേക്ക് ഇറങ്ങിപ്പുറപ്പെടുന്നു. വളരെ കുറച്ചു പേർ നാട്ടിൽ ജോലി ചെയ്യാൻ തയ്യാറാവുന്നു. എന്നാൽ ആ മടങ്ങി വന്നവരിൽ ബഹുഭൂരിപക്ഷവും ഇതര ഗൾഫ് രാജ്യങ്ങളിലേക്ക് പുനർവിന്യസിക്കപ്പെടുകയാണ് ചെയ്യുന്നത്. അതായത് കുവൈറ്റിൽ നിന്ന് മടങ്ങിയവർ ദുബൈയിലേക്കും സൗദിയിൽ നിന്ന് മടങ്ങുന്നവർ ഖത്തറിലേക്കും ഒമാനിൽ നിന്ന് മടങ്ങുന്നവർ

കുവൈത്തിലേക്കും പോകുന്നു. അതുകൊണ്ടുതന്നെ മടങ്ങിവരവിന്റെ ഭാരം അനുഭവപ്പെടുന്ന വിധത്തിൽ കേരളത്തിനു താങ്ങേണ്ടി വന്നിട്ടില്ല.

എന്നാൽ നാളെ മുതൽ ഉണ്ടാവാൻ പോകുന്ന സ്ഥിതി സമാനമല്ല. ഗൾഫ് നാടുകളിലേക്ക് തന്നെയുള്ള പുനർവിന്യാസം ഇപ്പോൾ ഒരു സ്വപ്നം മാത്രമാണ്. ഏറ്റവും കുറഞ്ഞത് കോവിഡ് എന്ന രോഗഭീതി അവസാനിക്കുന്നതു വരെയും ലോകം പഴയ ജീവിതക്രമം തിരിച്ചു പിടിക്കുന്നതു വരെയും നാം അതിനായി കാത്തിരിക്കേണ്ടതുണ്ട്. ഇന്നോളമുള്ള പ്രവചനങ്ങൾ വെച്ച് അത് ഉടനെയൊന്നും സാധ്യമാകുമെന്ന് തോന്നുന്നില്ല. അടുത്ത രണ്ടുവർഷത്തേക്കെങ്കിലും പ്രതീക്ഷയ്ക്ക് വകയില്ല. കാരണം ഗൾഫ് ഇന്ന് നേരിടുന്ന പ്രതിസന്ധി കോവിഡ് ഒന്നും കൊണ്ടു മാത്രമല്ല. ആഗോള തലത്തിൽ എണ്ണയ്ക്കുണ്ടായിരിക്കുന്ന വിലയിടിവാണ് അവരുടെ പ്രധാന പ്രശ്നം. അതിന്റെ കൂടെ കോവിഡ് വന്നതോടെ ടൂറിസം, ഷോപ്പിംഗ് എന്നിവയെ ആശ്രയിച്ചു കഴിഞ്ഞ രാജ്യങ്ങളെ കൂടുതൽ നിലംപരിശാക്കി എന്നതാണ് കാര്യം. ഈ തകർച്ചയിൽ നിന്ന് ഗൾഫ് രാജ്യങ്ങൾക്ക് എപ്പോൾ കരകയറാൻ കഴിയുമെന്ന് ആർക്കും പ്രവചിക്കാൻ കഴിയുന്ന ലോകസാഹചര്യമല്ല ഇപ്പോൾ നിലനിൽക്കുന്നത്. അതുകൊണ്ടാണ് ഗൾഫിലേക്കുള്ള പുനവിന്യാസം ഒരു മരീചികയാണ് എന്ന് ഇപ്പോൾ അനുമാനിക്കാൻ കാരണം.

അതുകൊണ്ട് തൊഴിൽ എന്നന്നേക്കുമായി നഷ്ടപ്പെട്ടു വരുന്ന, ഇനിയും തൊഴിൽ ചെയ്യാൻ ജീവിതം മുന്നോട്ട് കൊണ്ടുപോകാൻ സാധ്യമല്ല എന്നുറപ്പുള്ള, ഏറ്റവും കുറഞ്ഞത് ഒരു ലക്ഷം പ്രവാസികളെ കേരളം എങ്ങനെ കൈകാര്യം ചെയ്യും എന്നത് കേരളത്തിന്റെ ഭാവിയെ സംബന്ധിച്ച് ഏറ്റവും സുപ്രധാനമായ തീരുമാനങ്ങളിൽ ഒന്നായിരിക്കും എന്ന് നിശ്ചയം. നാം എത്രയൊക്കെ കണ്ണടച്ചാലും ഗൾഫ് പണം കേരളത്തിന്റെ സമ്പത്ത് വ്യവസ്ഥയുടെ നട്ടെല്ലായിരുന്നു എന്ന് നമുക്ക് മറക്കാൻ കഴിയില്ല. ആ നട്ടെല്ലൊടിഞ്ഞാൽ നമുക്ക് പിടിച്ചു നിൽക്കാൻ എന്തുണ്ട്? ഇനിയുള്ള നമ്മുടെ ചിന്തകളും ചർച്ചകളും മുന്നോട്ട് നീങ്ങേണ്ട ദിശ അതായിരിക്കണം.

ഏറ്റവും മോശമായതാണ് ലോകത്തെ ഇനി കാത്തിരിക്കുന്നത് എന്നൊരു ചിന്തയോടെ നാം പ്രവർത്തിക്കാൻ തുടങ്ങിയാൽ ഈ പ്രതിസന്ധിയെ മറികടക്കാൻ നമ്മുടെ മുന്നിൽ നിരവധി സാധ്യതകൾ ഇനിയും ഒഴിഞ്ഞു കിടപ്പുണ്ട് എന്നതാണ് നമ്മുടെ ഭാഗ്യം. 1920കളിൽ ഉണ്ടായ ക്ഷാമകാലമാണ് ഇനി നമ്മെ കാത്തിരിക്കുന്നത് എന്നുതന്നെ വിശ്വസിക്കുക. ആഘോഷങ്ങളുടെ കാലം കഴിഞ്ഞു, ഇനി മുണ്ട് മുറുക്കി ഉടുക്കേണ്ട യാഥാർത്ഥ്യങ്ങളുടെ കാലമാണ്.

ഒന്നിലും നാം സ്വയം പര്യാപ്തരായിരുന്നില്ല എന്നതാണ് ഭാവിയിലേക്കുള്ള നമ്മുടെ ഏറ്റവും വലിയ അസറ്റ്. ഭക്ഷണത്തിനു നാം ഇതര

സംസ്ഥാനങ്ങളെ ആശ്രയിച്ചു. കൺസ്ട്രക്ഷൻ പണികൾക്ക് അതിഥി തൊഴിലാളികളെയും. ഞാറു നടുന്നതിനും പൊറോട്ട അടിക്കുന്നതിനും തെങ്ങിൽ കയറുന്നതിനും കോഴിയെ കൊല്ലുന്നതിനുംവരെ നമുക്ക് ഇതര സംസ്ഥാന തൊഴിലാളികൾ വേണമെന്നു വന്നു.

സ്വയംപര്യാപ്തത എന്നൊരു ആത്മാർത്ഥമായ ലക്ഷ്യം മാത്രം മതി കേരളത്തിലേക്ക് മടങ്ങി വരുന്ന മുഴുവൻ പ്രവാസികളെയും ഒരു പ്രയാസവും കൂടാതെ കേരളത്തിൽ തന്നെ പുനർവിന്യസിക്കാൻ. ഏതാണ്ട് മൂന്ന് ലക്ഷത്തോളം അതിഥി തൊഴിലാളികൾ സംസ്ഥാനത്തു നിന്നും മടങ്ങുന്നു എന്നാണ് കണക്ക്. അവർ അത്രയും ഇവിടെ പണി എടുത്തുകൊണ്ടിരുന്നവരാണ്. ആ ഇടങ്ങൾ നികത്താൻ എന്തുകൊണ്ട് ഗൾഫ് മലയാളിക്ക് സാധിക്കില്ല?

അതിനുവേണ്ടി ആദ്യം ചെയ്യേണ്ടുന്നത് ഗൾഫുകാരൻ എന്ന അഹന്ത വെടിയുകയാണ്. ഗൾഫിൽ മലയാളി കൺസ്ട്രക്ഷൻ പണി ചെയ്യുന്നുണ്ട്, ഹോട്ടൽ പണി എടുക്കുന്നുണ്ട്, കൃഷിത്തോട്ടങ്ങളിൽ പണി എടുക്കുന്നുണ്ട്. ഷവർമ ഉണ്ടാക്കുന്നുണ്ട്. കാറ് കഴുകുന്നുണ്ട്. ക്ലീനിംഗ് കമ്പനികളിൽ പണി എടുക്കുന്നുണ്ട്. മലയാളി ചെയ്യാത്ത ഏതു പണിയാണ് ഗൾഫിലുള്ളത്? അതെന്തുകൊണ്ട് അവർക്ക് ഇവിടെ ചെയ്തുകൂടാ? ഇനി ശമ്പളമാണ് അതിന്റെ മാനദണ്ഡം എന്നു വന്നാലും കേരളമാണ് മെച്ചം. കാരണം മിക്ക ഗൾഫ് രാജ്യങ്ങളിലും ഇത്തരം അടിസ്ഥാന ജോലികൾ ചെയ്യുന്നവരുടെ ശമ്പളം ഇപ്പോഴും തൊണ്ണൂറുകളിൽ കിട്ടിയിരുന്നതു മാത്രമാണ് എന്ന് കാണാൻ സാധിക്കും. പിന്നെയും എന്തുകൊണ്ട് ഗൾഫിൽ കടിച്ചു തൂങ്ങി എന്നു ചോദിച്ചാൽ അതിനു കാരണം ഗൾഫുകാരൻ എന്ന പേരിനുണ്ടായിരുന്ന പകിട്ട് മാത്രമായിരുന്നു. ഇനിയുള്ള കാലം ക്ഷാമത്തിന്റേതാണ് എന്ന് തിരിച്ചറിഞ്ഞാൽ അത് വേഗം അവസാനിച്ചുകൊള്ളും.

ഇനി പൊതുസമൂഹത്തിനുണ്ടാവേണ്ട പ്രധാനമാറ്റം തൊഴിലിനോടുള്ള മനോഭാവമാണ്. പുതിയ കാലത്തിൽ കുറേയൊക്കെ അത് മാറിയിട്ടുണ്ടെങ്കിലും ഇപ്പോഴും അതിന്റെ വേരുകൾ സമൂഹത്തിൽ പടർന്നു കിടക്കുന്നുണ്ട് എന്ന യാഥാർത്ഥ്യം നാം മനസ്സിലാക്കേണ്ടതുണ്ട്. വെള്ളക്കോളർ ജോലിയോടുള്ള അതിബഹുമാനം നമുക്കിനിയും അവസാനിച്ചിട്ടില്ല. അവരുടെ നാലിരട്ടി പണമുണ്ടാക്കുന്ന മെച്ചപ്പെട്ട ജീവിതം നയിക്കുന്ന ഒരു ആശാരിയോടോ മീൻക്കച്ചവടക്കാരനോടോ നമുക്ക് അത്തരത്തിൽ ഒരു ആദരവ് ഇനിയും തോന്നാത്തത് എന്തുകൊണ്ട്? ജാതി വ്യവസ്ഥയുടെ വേരുകൾ ഇപ്പോഴും മനസ്സിന്റെ അടിത്തട്ടിൽ പടർന്നു കിടക്കുന്നതിന്റെ കുഴപ്പമാണത്. പണ്ട് ഓരോ ജാതിക്കും ഓരോ തൊഴിലുകൾ നിശ്ചയിച്ചിട്ടുണ്ടായിരുന്നു. മറ്റുള്ളവർ അതേ പണിയെടുത്താൽ മ്ലേച്ഛമായി നാം പരിഗണിച്ചു പോന്നു. അതിനെ മറികടക്കാനാണ് ബഹുഭൂരിപക്ഷവും ഗൾഫിലേക്ക് കടന്നത്. അവിടെ ജാതിമത അതിരുകൾ

ഇല്ലാതെ ആശാരിയായും മേസൻ ആയും മൈക്കാടായും സ്വർണ്ണപ്പണിക്കാരനായും തൂപ്പുകാരനായും മലയാളി പണിയെടുത്തു. അവർ അതിലൂടെ സമ്പാദിച്ച പണം അത്തരം ഉച്ചനീചത്വങ്ങളെ കഴുകിക്കളഞ്ഞു. അതായിരുന്നു ഗൾഫ് ജീവിതത്തിന്റെ അസറ്റ്.

ഒരു തൊഴിലും മോശമല്ല, ഒരു തൊഴിലും ജാതിയിൽ കലർത്തപ്പെട്ടതുമല്ല. അതിൽ ഒരാൾക്കുള്ള നൈപുണ്യത്തിനാണ് വില. അധ്വാനത്തിനാണ് മൂല്യം. വെള്ളക്കോളർ ജോലി എന്നത് ബഹുമാനത്തിന്റെ മാനദണ്ഡമല്ല എന്നിങ്ങനെ ഒരു ചിന്ത രൂഢമൂലമാക്കുകയും ജാതി ചിന്തയുടെ അവസാന വേരുകളും പിഴുതു കളയുകയും ചെയ്താൽ ഗൾഫിൽ എടുക്കുന്ന അതേ പണി നാട്ടിലെടുക്കാൻ മലയാളി മടി കാണിക്കില്ല. അതാണ് അവർ മടങ്ങി വരുമ്പോൾ നാം ഒരുക്കിയിടേണ്ട സാമൂഹിക മാനസികാവസ്ഥ. അതിനുള്ള ബോധവത്കരണം ഉടനെ ആരംഭിക്കേണ്ടതുണ്ട്. സ്ത്രീകളുടെയും കുട്ടികളുടെയും ഇടയിലാണ് ആദ്യ പ്രവർത്തനം ഉണ്ടാവേണ്ടത്. തന്റെ ഭർത്താവ്, തങ്ങളുടെ അച്ഛൻ ഇന്നതരം ജോലിയാണ് ചെയ്യുന്നത് എന്ന കാര്യത്താൽ അപമാനം തോന്നേണ്ടതില്ല എന്ന് അവരെ പറഞ്ഞു പഠിപ്പിക്കേണ്ടതുണ്ട്.

ഇനി മടങ്ങി വരുന്ന മലയാളികളെക്കുറിച്ച് ചിന്തിക്കുക. ദീർഘകാലം വിദേശത്ത് കഴിഞ്ഞതിന്റെ വലിയ പരിജ്ഞാനവുമായാണ് അവർ മടങ്ങുന്നത്. അവരുടെ ബഹുഭാഷാപരിജ്ഞാനം, ഏറ്റവും നൂതനമായ യന്ത്രങ്ങളിൽ പരിശീലനം സിദ്ധിച്ച തൊഴിൽ പരിജ്ഞാനം, അവരുടെ കഠിനാധ്വാനം, അവരുടെ സമയനിഷ്ഠ, എന്നിവയെല്ലാം ഒരു പുതിയ കേരളം പടുത്തുയർത്തുന്നതിൽ നിർണ്ണായകമായ പങ്ക് വഹിക്കാൻ സാധിക്കും എന്നെനിക്കുറപ്പുണ്ട്.

അതിനു കേരളം ആലസ്യം വെടിഞ്ഞ് സജ്ജമാകേണ്ടതുണ്ട്. തരിശായി കിടക്കുന്ന ഭൂമിയത്രയും കൃഷിയോഗ്യമാക്കുക, സഹകരണാടിസ്ഥാനത്തിലുള്ള കൃഷി പ്രോത്സാഹിപ്പിക്കുക, ഗ്രാമീണതലത്തിൽ സംഭരശേഷി വർദ്ധിപ്പിക്കുക, മൂല്യവർദ്ധിത ഉല്പന്നങ്ങൾക്കു വേണ്ടിയുള്ള പ്ലാന്റുകൾ സജ്ജമാക്കുക.പൂട്ടിക്കിടക്കുന്ന ഫാക്ടറികൾ തുറക്കുക, പുതിയ ഫാക്ടറികൾ വരാൻ അനുവദിക്കുക, അത്തരം നിക്ഷേപകരെ ആകർഷിക്കും വിധം പദ്ധതികൾ തയ്യാറാക്കുക, പണം മുടക്കാൻ തയ്യാറാവുന്നവരോടുള്ള മനോഭാവം മാറ്റുക, ചുവപ്പുനാട കുരുക്കുകൾ വേഗം അഴിക്കാൻ ശ്രമിക്കുക, സ്വയം തൊഴിൽ സംരംഭകരെ പരമാവധി പ്രോത്സാഹിപ്പിക്കുക, ലോൺ ലഭ്യത എളുപ്പമാക്കുക, തൊഴിലാളികളെ കോർത്തിണക്കാനും കണ്ടെത്താനും സഹായിക്കും വിധമുള്ള മൊബൈൽ ആപ്പുകൾ വികസിപ്പിക്കുകയും പ്രചരിപ്പിക്കയും ചെയ്യുക. ഉദാഹരണത്തിനു ഒരു നാട്ടിലുള്ള ഇലക്ട്രീഷ്യൻ, പ്ലംബർ, എ.സി മെക്കാനിക്, പെയിന്റർ, മേസൻ, ആശാരി, പറമ്പുപണിക്കാരൻ എന്നിവർക്ക് വേണ്ടിയുള്ള ഒരു ആപ്പ് ഉണ്ടെങ്കിൽ ഏതൊരാൾകും വേഗം അവരെ ബന്ധപ്പെടാനും അവരുടെ സേവനം ലഭ്യമാക്കാനും സാധിക്കും.

അതുപോലെ തന്നെ പുനർവിന്യാസം എന്നത് കേരളത്തിൽ മാത്രം ഒതുക്കാതെ ഇതര സംസ്ഥാനങ്ങളിലെ സാധ്യതകൾ കൂടി പരിഗണിക്കുക. അവിടെ ഇത്തരം നൈപുണ്യമുള്ളവരെ ആവശ്യമുണ്ടാവും. അത് കണ്ടെത്തിക്കൊടുക്കാനുള്ള ചുമതല നോർക്ക ഏറ്റെടുക്കുക. ഒരിടത്ത് സാധ്യതകൾ അവസാനിക്കുമ്പോൾ മറ്റൊരിടത്ത് വാതിലുകൾ തുറക്കുന്നതാണ് നാം ഇന്നോളം കണ്ടിട്ടുള്ളത്. ഇനിയുള്ള യാത്രകൾ ആഫ്രിക്കയിലേക്കാവാം എന്ന പ്രവചനം വന്നുകഴിഞ്ഞു. ഗൾഫിലെ ജോലിയിൽ നിന്ന് ആർജ്ജിച്ച പരിജ്ഞാനം അവർക്ക് നിശ്ചയമായും ആവശ്യമുണ്ടാവും. അതിനുള്ള അവസരങ്ങൾ കണ്ടെത്തിക്കൊടുക്കുകയും അത്തരം രാജ്യങ്ങളുമായി ബന്ധപ്പെട്ട് തൊഴിലാളികളെ എത്തിച്ചുകൊടുക്കാനുള്ള കരാറുകളിൽ ഏർപ്പെടുക.

ഇനി കോവിഡാനന്തരകാലത്ത് ഗൾഫ് പൂർവ്വസ്ഥിതി പ്രാപിച്ചു എന്നുവന്നാൽ അവർ ആദ്യം മടക്കി വിളിക്കുന്നത് മലയാളികളെ തന്നെ ആയിരിക്കും എന്ന കാര്യത്തിൽ സംശയം വേണ്ട. അതാണ് നാം നമ്മുടെ മികവിലൂടെയും വിശ്വസ്തതയിലൂടെയും ആർജ്ജിച്ചെടുത്തതാണ്. അതിനു പകരം വെയ്ക്കാൻ ഇന്ന് മറ്റൊരു തൊഴിൽ സമൂഹവും ഗൾഫ് രാജ്യങ്ങൾക്ക് ലഭ്യമല്ല എന്നത് നമ്മുടെ ഒരു സാധ്യതയാണ്.

മടങ്ങിവരവ് ഗുരുതരമാണ്. സാമ്പത്തികമായി നമ്മുടെ നട്ടെല്ല് ഒടിക്കുന്നതാണ്. അത് സമാനതകൾ ഇല്ലാത്തതുമാണ്. എന്നാൽ ഭാവനാസമ്പന്നമായ ഒരു ഭരണകൂടവും അതിലെ ജനങ്ങളും ഒന്നിച്ചു നിന്നാൽ മറികടക്കാവുന്ന പ്രതിസന്ധിയേ ഇപ്പോഴും നമുക്കുള്ളൂ. അതിനെ നാം മറികടക്കുക തന്നെ ചെയ്യും എന്നാണ് എന്റെ വിശ്വാസവും പ്രതീക്ഷയും.

(പ്രവാസികളുടെ മടങ്ങി വരവുമായി ബന്ധപ്പെട്ട്
DYFI സംഘടിപ്പിച്ച വെബ് ചർച്ചയിൽ അവതരിപ്പിച്ചത്)

മാനവികത പുതിയ കാലത്തിൽ

ആദരണീയനായ ശ്രീ കെ.വി. വാസുദേവനെ നേരിട്ട് പരിചയപ്പെടാനുള്ള ഭാഗ്യം എനിക്ക് ലഭിച്ചിട്ടില്ല. എന്നാൽ അദ്ദേഹത്തിന്റെ മകൻ അനിൽ പറഞ്ഞ് ഏറെ കേട്ടിട്ടുണ്ട് താനും. അതൊന്നും പിതാവിനെക്കുറിച്ചുള്ള പുത്രന്റെ വാഴ്ത്തുപാട്ടുകൾ ആയിരുന്നില്ല താനും. ഒരു കാലഘട്ടത്തിൽ പൊതുജീവിതം നയിച്ച മനുഷ്യരെക്കുറിച്ചുള്ള കനമുള്ള ഓർമ്മകൾ ആയിരുന്നു അവയൊക്കെയും. നമ്മൾ ഒക്കെ ആശാൻ എന്ന് സ്നേഹപൂർവ്വം വിളിച്ചിരുന്ന കെ.വി സുരേന്ദ്രനാഥ്, പി.ഗോവിന്ദപ്പിള്ള, കാട്ടായിക്കോണം ശ്രീധരൻ, ഒ.ജെ ജോസഫ്, കെ. സഹദേവൻ എന്നിവർക്കൊപ്പം രാഷ്ട്രീയ ജീവിതം നയിച്ച ഒരാൾ അത്ര ചെറിയ മനുഷ്യൻ ആയിരുന്നിരിക്കില്ലല്ലോ. സാമൂഹികബോധ്യങ്ങൾ വളർത്തിയെടുക്കുകയും പൊതുജീവിതം കരുപ്പിടിപ്പിച്ചു വരുകയും ചെയ്യുക ആയിരുന്ന എന്നെപ്പോലെ ഒരു സാധാരണക്കാരനെ സംബന്ധിച്ചിടത്തോളം ആ ഓർമ്മകൾ വലിയ ബലം നൽകിയിട്ടുണ്ട് എന്ന് വിസ്മരിച്ചുകൂടാ.

പിന്നീട് 'മാന്തളിരിലെ ഇരുപത് കമ്യൂണിസ്റ്റ് വർഷങ്ങൾ' എന്നൊരു നോവൽ എഴുതുമ്പോഴും തുണ്ടത്തിൽ കുട്ടൻ പിള്ള എന്നൊരു കഥാപാത്രത്തെ സൃഷ്ടിക്കുമ്പോഴും ഇവരുടെയൊക്കെ ത്യാഗനിർഭരമായ ജീവിതം എന്നെ സ്വാധീനിച്ചിട്ടുണ്ട് എന്ന് സമ്മതിക്കാതെ വയ്യ. പുതിയ കാലത്തിന്റെ ഇത്തരം ആദർശ ജീവിതങ്ങളെ നമുക്ക് വളരെ അപൂർവ്വമായിട്ട് മാത്രമാവും രാഷ്ട്രീയ ലോകത്ത് കണ്ടുമുട്ടാൻ കഴിയുക. അതുകൊണ്ടു തന്നെ കെ.വി. വാസുദേവനെ അനുസ്മരിക്കുന്നതിലൂടെ ഒരു കാലഘട്ടത്തെയാണ് നാം ഓർമ്മിക്കുന്നത്. ഇങ്ങനെയും ചില മനുഷ്യർ ഇവിടെ ജീവിച്ചിരുന്നു എന്നു നാം ഓർമ്മിക്കുന്നു. നമുക്ക് അറിയാവുന്ന, എന്നാൽ നമ്മുടെ ഓർമ്മയിൽ നിന്ന് മാഞ്ഞുപോയിരിക്കാൻ ഇടയുള്ള ചില കാര്യങ്ങൾ മാത്രമാണ് ഞാനിവിടെ പറയാൻ ആഗ്രഹിക്കുന്നത്. 'മറവിക്കെതിരായി ഓർമ്മകളുടെ സമരമാണ് രാഷ്ട്രീയം' എന്ന് പറഞ്ഞത് മിലൻ കുന്ദേരയാണല്ലോ. നമ്മളിന്ന് വല്ലാതെ വല്ലാതെ മറവി ബാധിച്ച ജനതയായി മാറിക്കൊണ്ടിരിക്കുകയാണല്ലോ. മാർകേസിന്റെ 'മക്കൊണ്ട' യിലെ ജനങ്ങൾ മറവി കാരണം പശുവിന്റെ കഴുത്തിൽ 'ഇത് പശുവാണ്,

ഇത് പാല് തരും' എന്നെഴുതി തൂക്കിയതുപോലെ ഓരോ സംഭവങ്ങളുടെ കഴുത്തിലും അത് കേരളത്തിൽ നടന്നതാണ് എന്നെഴുതി തൂക്കേണ്ട ദുരവസ്ഥയിലൂടെയാണല്ലോ നാം കടന്നു പോകുന്നത്. ടി.വി. യിൽ ചാനൽ മാറ്റുന്നതുപോലെ നാം ഒരു വിഷയത്തിൽ നിന്നും അടുത്തതിലേക്ക് തവളച്ചാട്ടം നടത്തിക്കൊണ്ടിരുന്നു. അതുകൊണ്ടുതന്നെ ഓർമ്മപ്പെടുത്തൽ അനിവാര്യമായി ഒരു കാലം കൂടിയാണിത്.

എന്നുമാത്രമല്ല രാഷ്ട്രീയത്തെയും സാംസ്കാരിക പ്രവർത്തനങ്ങളെയും സാഹിത്യത്തെയും ഒക്കെ ഗൗരവമായി കാണുന്ന മനുഷ്യർ എന്ന നിലയിൽ നമുക്ക് ഒത്തുചേർന്നിരിക്കുവാൻ കിട്ടുന്ന ഒരു അവസരത്തെയും നാം പാഴാക്കിക്കൂടാ എന്ന് എനിക്കഭിപ്രായമുണ്ട്. കാരണം കേരളീയ നവോത്ഥാന സമൂഹം കണ്ടുപിടിച്ച ഒരു വാക്കാണ് പൊതു എന്നത്. പൊതുജനം, പൊതുവഴി, പൊതുവിടം, പൊതുയോഗം, പൊതുമുതൽ, പൊതുമണ്ഡലം ഒക്കെ അതിൽ പെടും. വെറുതെ ഉരുവായി വന്നതല്ല അതൊന്നും. നിരന്തരമായ സമരപോരാട്ടങ്ങളിലൂടെ, ബോധവത്കരണത്തിലൂടെ, മാമൂലുകളെ തിരസ്കരിച്ചതിലൂടെ നാം നേടിയെടുത്തതാണ്. ആരും തന്നതല്ല, നേടിയെടുത്തതാണ്. പക്ഷേ നമ്മുടെ പൊതു ഇടങ്ങൾ ഒന്നൊന്നായി നഷ്ടപ്പെട്ടുകൊണ്ടിരിക്കുകയാണ്. വായനശാലകൾ, അമ്പലപ്പറമ്പുകൾ, കളിമൈതാനങ്ങൾ ഒക്കെ സാധാരണക്കാർക്ക് നഷ്ടപ്പെട്ടുകൊണ്ടിരിക്കുന്നു. നാമൊക്കെ അവനവന്റെ കൂടാരങ്ങളിലേക്ക് ഒതുങ്ങിക്കൂടുകയും ചെയ്തുകൊണ്ടിരിക്കുന്നു. എന്റെ ജാതി എന്ന, എന്റെ മതം എന്ന, എന്റെ വർഗ്ഗം എന്ന, എന്റെ രാഷ്ട്രീയം എന്ന കൂടാരങ്ങളിലേക്ക് മാത്രം പോകുന്നവരായി നാം തീർന്നിരിക്കുന്നു. അപരനെ കേൾക്കാൻ നമുക്ക് മടിയാണ്. അവനെ നാം ശത്രുവിനെ എന്നതുപോലെയാണ് കേൾക്കുന്നത്. അപരന്റെ വാക്കുകൾ മധുരസംഗീതമായി കേൾക്കുന്ന കാലം വരും എന്നൊക്കെ പാടിയിരുന്നത് എത്ര വലിയ കാല്പനികതയായിരുന്നു എന്ന് നാമിപ്പോൾ തിരിച്ചറിയുന്നുണ്ട്.

മാനവികത പുതിയ കാലത്തിൽ എന്ന വിഷയത്തിൽ സംസാരിക്കുവാനാണ് സംഘാടകർ എന്നോട് ആവശ്യപ്പെട്ടത്. ആഹാരം മോഷ്ടിച്ചു എന്ന കാരണം പറഞ്ഞ് മധു എന്നൊരു നിഷ്കളങ്കനായ ആദിവാസി യുവാവ് കൊല്ലപ്പെട്ടതിന്റെ ഓർമ്മയുടെ മുന്നിൽ നിന്നുകൊണ്ട് എന്ത് മാനവികതയെക്കുറിച്ചാണ് സംസാരിക്കേണ്ടത് എന്നെനിക്കറിയില്ല. ആഹാരം ഒരു ധൂർത്തായി തീർന്ന ജനവിഭാഗമാണ്, പട്ടിണികൊണ്ട് ആഹാരമെടുത്തവനെ തച്ചു കൊല്ലുന്നത്. സന്തോഷ് ഏച്ചിക്കാനത്തിന്റെ ബിരിയാണി എന്ന കഥ നിങ്ങളൊക്കെ ഓർമ്മിക്കുമല്ലോ. നമ്മുടെ സംസ്കാരത്തെക്കുറിച്ച്, രാഷ്ട്രീയ പ്രബുദ്ധതയെക്കുറിച്ച്, സാക്ഷരതയെക്കുറിച്ച്, വായനാശീലത്തെക്കുറിച്ച് ഒക്കെ വലിയ അഭിമാനമുള്ള ഒരു ജനതയാണ് നമ്മൾ. സത്യത്തിൽ അതൊക്കെ വെറും പുറംമോടി മാത്രമല്ലേ എന്ന് എനിക്ക് തോന്നിത്തുടങ്ങിയിട്ടുണ്ട്. ഒരു മുഴുത്ത കള്ളം. യഥാർത്ഥത്തിലുള്ള മാനവികതയും സഹജബോധവും കാരുണ്യവും

നവോത്ഥാന മൂല്യങ്ങളും കൊണ്ടുനടക്കുന്നതിൽ നാം എത്ര കണ്ട് വിജയിച്ചിട്ടുണ്ട്?

അഫ്ഗാനിസ്ഥാനിലെ സുൽത്താൻ ഖാന്റെ കഥ നിങ്ങൾ കേട്ടിട്ടുണ്ടാവും. അവിടുത്തെ പ്രമുഖനായ ഒരു പുസ്തകവ്യാപാരിയായിരുന്നു സുൽത്താൻ ഖാൻ. യുദ്ധങ്ങളുടെയും അധിനിവേശങ്ങളുടെയും കാലത്തെല്ലാം തന്റെ പുസ്തകശാലയ്ക്ക് ഒരു കേടും കൂടാതെ സംരക്ഷിച്ച മനുഷ്യൻ. ഇത്തരത്തിൽ പുസ്തകസ്നേഹിയായ ഈ മനുഷ്യനെ കൂടുതൽ മനസ്സിലാക്കുന്നതിനുവേണ്ടി ഒരിക്കൽ ഒരു യൂറോപ്യൻ വനിത അഫ്ഗാനിസ്ഥാനിൽ എത്തി. അയാളോട് കൂടുതൽ അടുത്തിടപഴകിയപ്പോഴാണ് ആ പുസ്തകസ്നേഹിയുടെ മറ്റൊരു മുഖം പതിയെ തെളിഞ്ഞു വരുന്നത്. പുറത്ത് പുസ്തകസ്നേഹി ആയിരിക്കുമ്പോഴും വീട്ടിൽ അയാൾ ക്രൂരനായ ഒരു മനുഷ്യനാണ്. ഭാര്യയെ അനാവശ്യമായി മർദ്ദിക്കുക, കുട്ടികളോട് അപമര്യാദയോടെ പെരുമാറുക, സഹോദരിയെ പണത്തിനു വേണ്ടി വിൽക്കുക എന്നിവയൊക്കെ ചെയ്യുന്ന അധമനായ ഒരു മനുഷ്യൻ. കേരളീയ പൊതുസമൂഹം ഒരു സുൽത്താൻ ഖാൻ അല്ലേ എന്ന് എനിക്കെപ്പോഴും തോന്നാറുണ്ട്. നമ്മുടെ തെരുവുകളിൽ സ്ത്രീകൾക്ക് രക്ഷയുണ്ടോ? കുഞ്ഞുങ്ങൾക്ക്? പ്രണയികൾക്ക്? ആദിവാസികൾക്ക്? പാർശ്വവത്കരിക്കപ്പെട്ടവർക്ക്? ആർക്കാണ് ഇവിടെ സുരക്ഷയുള്ളത്? ആരുടെ ജീവിതമാണ് ഇവിടെ മാനിക്കപ്പെടുന്നത്?

ഒന്നുകിൽ ഈ സമൂഹത്തിനു എന്തോ സാരമായ കുഴപ്പമുണ്ട്. അല്ലെങ്കിൽ ഇതൊക്കെ വിളിച്ചു പറയുന്ന നമുക്കാണ് കുഴപ്പം. ഏതാണ് ശരിയെന്ന് എനിക്കറിയില്ല. ആരാണ് ശരിയെന്നും. എല്ലാവർക്കും സ്വന്തം ന്യായങ്ങൾ ഉണ്ട് എന്നതാണ് ഈ ലോകത്തിലെ ഏറ്റവും ഭീകരമായ അവസ്ഥ എന്നൊരു സിനിമ സംഭാഷണശകലം ഓർത്തു പോവുകയാണ്.

അല്ലെങ്കിൽ ഒന്നാലോചിച്ചു നോക്കൂ, ഈ രാജ്യത്തെ ജനങ്ങൾക്ക് പട്ടിണി ഒരു പ്രശ്നം അല്ല, ആഹാരസാധനങ്ങൾക്ക് വില കൂടുന്നത് ഒരു പ്രശ്നമല്ല. ഏതോ ഒരു സിനിമയിൽ ഏതോ ഒരു കഥാപാത്രത്തെ ചിത്രീകരിച്ചതാണ് പ്രശ്നം. വിലക്കയറ്റത്തിനെതിരെ തെരുവിൽ ഇറങ്ങാത്ത ജനത, സിനിമ നിരോധിക്കാൻ തെരുവിലിറങ്ങുന്നു. അനുദിനം പെട്രോൾ വില കൂടുന്നത്, രാഷ്ട്രീയ കൊലപാതങ്ങൾ നടക്കുന്നത്, സ്ത്രീകൾ ബീച്ചുകളിലും പൊതു ഇടങ്ങളിലും ആക്രമിക്കപ്പെടുന്നത് നമുക്കൊരു പ്രശ്നമേയല്ല, നമ്മുടെ ഇപ്പോഴത്തെ പ്രശ്നം ഒരു പെൺകുട്ടി സിനിമയിൽ കണ്ണിറുക്കിയതാണ്. ലോകത്തെ കാർന്നു തിന്നുന്ന യുദ്ധം, ഏകാധിപത്യം, പട്ടിണി, കലാപം, അസമത്വം, ഒന്നും പ്രശ്നമല്ല. പ്രശ്നം ദൈവമാണ്. കോടതിയിൽ നിന്നും ദൈവത്തെ രക്ഷിക്കാൻ തെരുവിലിറങ്ങിയ ആദ്യ ജനത എന്ന ഖ്യാതി നമുക്കുള്ളതാണ്. ഈ ജനതയിൽ എന്തു വിശ്വാസമാണ് ഇനി നാം വെച്ചു പുലർത്തേണ്ടുന്നത്? എനിക്കറിയില്ല.

ഭൂരിപക്ഷ വർഗ്ഗീയത എത്രത്തോളം അപകടകരമാണോ അത്രത്തോളം അപകടകരമാണ് ന്യൂനപക്ഷ വർഗ്ഗീയതയെയും. ഇവ പരസ്പരപൂരകങ്ങളാണ് എന്നതാണ് രസകരമായ കാര്യം. ഒന്നിന്റെ കാരുണ്യത്തിലും ബലത്തിലുമാണ് അടുത്തത് വളരുന്നത്. ഒരാൾ വളരേണ്ടത് മറ്റേ ആളിന്റെ ആവശ്യമാണ്. അവർക്കാണ് ഇവിടെ ജനാധിപത്യം വേണ്ടാത്തത്. അവരാണ് ഇവിടെ മതേതര മൂല്യങ്ങൾ ആവശ്യമില്ല എന്ന് ആക്രോശിക്കുന്നത്. രണ്ടുകൂട്ടരും കാംക്ഷിക്കുന്നത് ഏകാധിപത്യമാണ്. അവിടെ സ്ത്രീകൾ, ദളിതർ, ആദിവാസികൾ, പാവപ്പെട്ടവർ ഒന്നും ശബ്ദമുയർത്തില്ലല്ലോ. അവർക്ക് വേണ്ടത് എല്ലാം അനുസരിക്കുന്ന അടിമകളെയാണ്.

രണ്ടുമൂന്ന് വർഷങ്ങൾക്കു മുൻപ് ഞാൻ പാകിസ്ഥാനിലെ കറാച്ചിയിൽ ഒരു സാഹിത്യോത്സവത്തിൽ പങ്കെടുക്കുന്നതിനായി പോയിരുന്നു. അന്ന് ഒരു സംസാരത്തിനിടെ അവിടുത്തെ ഒരു ഇടതുപക്ഷ പ്രവർത്തക ചോദിച്ച പ്രസക്തമായ ഒരു ചോദ്യമുണ്ട് എന്തുകൊണ്ട് മതതീവ്രവാദം ഇന്ത്യയെയും പാകിസ്ഥാനെയും ലക്ഷ്യം വെയ്ക്കുന്നു? എന്തുകൊണ്ട് ഈ രണ്ടു രാജ്യങ്ങളിൽ അവർ ചാവേർ സ്ഫോടനങ്ങൾ നടത്തുന്നു? ഇസ്ലാമിനെ രക്ഷിക്കാൻ ആണെങ്കിൽ അവർ എന്തുകൊണ്ട് റോഹിങ്ക്യ മുസ്ലീമുകളെ രക്ഷിക്കാൻ മ്യാൻമാറിലേക്ക് പോകുന്നില്ല? അപ്പോൾ അവരുടെ പ്രശ്നം ഇസ്ലാം അല്ല. മുസ്ലീങ്ങൾ അനുഭവിക്കുന്ന പീഡനങ്ങളുമല്ല. അവരുടെ പ്രശ്നം ജനാധിപത്യമാണ്. ഇവിടെ ആർ എസ് എസ് പറയുന്നതും അതു തന്നെയാണല്ലോ അവർക്ക് ഭരണഘടന വേണ്ട, മനുസ്മൃതി മതി, ജനഗണമന വേണ്ട, വന്ദേമാതരം മതി. ഇതൊന്നും മനസ്സിലാവാത്ത അല്ലെങ്കിൽ മനസ്സിലായിട്ടും ആയില്ലെന്ന് നടിച്ച് കണ്ണും പൂട്ടി കിടക്കുന്ന ഒരു ജനതയോട് എന്തുതരം മാനവികതയെക്കുറിച്ചാണ് പറയേണ്ടത്?

ഏകാധിപത്യം ഈ രാജ്യത്തേക്ക് പതിയെപതിയെ കടന്നു വരുന്നത് നമ്മൾ അറിയുന്നതേയില്ല. ഫാസിസത്തിന്റെ അടിസ്ഥാനസ്വഭാവങ്ങളായി ഉമ്പർട്ടോ എക്കോ ചൂണ്ടിക്കാണിക്കുന്ന പതിമൂന്ന് പ്രവണതകൾ ഉണ്ട്. പാരമ്പര്യാരാധന, യുക്തിയുടെയും സ്വതന്ത്രചിന്തയുടെയും നിരാസം, ദേശത്തിന്റെ നിഷേധാത്മകമായ നിർവ്വചനം, നാനാത്വത്തിന്റെ നിരാസം, പൊള്ളയായ പ്രഭാഷണം, വീരാരാധന, ആൺകോയ്മ, ദുർബലരോടുള്ള അവജ്ഞ, ചരിത്രം തിരുത്തൽ, സാംസ്കാരിക പ്രവർത്തനങ്ങളോടുള്ള ഭയം കലർന്ന സംശയം, തങ്ങളാണ് ജനങ്ങൾ എന്ന രീതിയിലുള്ള പ്രവർത്തനം, വിയോജിപ്പുകളെ വിശ്വാസവഞ്ചനയായി കാണൽ, അപരരെ സൃഷ്ടിച്ച് എല്ലാ കുഴപ്പത്തിനും കാരണം അവരാണ് എന്ന ആരോപണം എന്നിവയാണത്. ഓരോന്നും എടുത്ത് വിശദീകരിക്കാൻ ഞാൻ ഈ അവസരം വിനിയോഗിക്കുന്നില്ല. എന്നാൽ ഇവയൊക്കെ ഇന്ത്യയിൽ നിങ്ങൾക്ക് കാണാനാവുന്നുണ്ടോ എന്ന് നിങ്ങൾക്ക് സ്വയം പരിശോധിക്കാവുന്നതാ!ണ്. എങ്കിൽ നാം ഫാസിസത്തിന്റെ

പിടിയിൽ ആണെന്ന് പേടിക്കണം. ഹിറ്റ്ലറുടെയും മുസ്സോളിനിയുടെയും കാലത്തെ ഫാസിസത്തെ മുൻനിർത്തിയാണ് ഈ നിരീക്ഷണം. എന്നാൽ ഫാസിസത്തെ അളക്കാൻ പുതിയ ടൂൾ വേണം എന്നാണ് ബ്രിട്ടനിലെ സാമൂഹിക ശാസ്ത്രജ്ഞൻ ഡേവിഡ് റെന്റോൺ പറയുന്നത്. കാരണം അത് പഴയകാല ഫാസിസത്തിൽ നിന്നും ഏറെ മുന്നോട്ട് പോയിരിക്കുന്നു. അതിന്റെ പ്രചരണ ആയുധങ്ങൾ ഇപ്പോൾ വേറെ ആണ്. ടി വി എന്ന മാധ്യമമാണ് അവരതിനുവേണ്ടി ഉപയോഗിക്കുന്നത്. നുണകളാണ് അതിന്റെ ആയുധം. ഫോട്ടോ ഷോപ്പ് എന്നൊരു കമ്പ്യൂട്ടർ പ്രോഗ്രാം ഉണ്ട്. ഞങ്ങളെപ്പോലെയുള്ള വിരൂപന്മാരെ സുന്ദരന്മാർ ആക്കാനായിരുന്നു പണ്ട് അതുപയോഗിച്ചിരുന്നത്. പക്ഷേ ഇന്നോ? കടുത്ത നുണകൾ പ്രചരിപ്പിക്കാൻ. ചെയ്യാത്ത കാര്യങ്ങൾ ചെയ്തു എന്നു വരുത്തി തീർക്കാൻ. ഇല്ലാത്ത ചരിത്രം ഉണ്ടെന്ന് വരുത്താൻ. സ്വാതന്ത്ര്യ സമരത്തെ ഒറ്റിക്കൊടുത്തവരുടെ ഫോട്ടോ സ്വാതന്ത്ര്യസമരസേനാനികൾക്കൊപ്പം ചേർത്ത് കപട ചിത്രവും കപട ചരിത്രവും സൃഷ്ടിക്കാൻ. മലേഷ്യയിലെ റോഡ് ഗുജറാത്തിലെ റോഡാണെന്ന് പറയാൻ. ഇനിയുമുണ്ട് സൂത്രവിദ്യകൾ. ഡി ഫേക്ക് വീഡിയോസ് എന്നൊരു പുതിയ കണ്ടുപിടുത്തമുണ്ട്. സാധാരണ മനുഷ്യർ നോക്കിയാൽ സത്യമാണെന്നു തോന്നും വിധത്തിൽ വീഡിയോയിൽ ചിത്രങ്ങളും ശബ്ദവും തമ്മിൽ മിശ്രണം ചെയ്ത് പറ്റിക്കുന്ന വിദ്യ. കനയ്യ കുമാറിനെതിരെ ഒക്കെ പുറത്തെടുത്തത് ഇത്തരം ഫേക്ക് വീഡിയോ ആയിരുന്നു. നുണകൾ ആണ് ഫാസിസത്തിന്റെ ആഹാരം. അത് കഴിച്ച് കഴിച്ചാണ് ഇവർക്കിങ്ങനെ മേദസ്സ് വച്ചുകൊണ്ടിരിക്കുന്നത്.

ഞങ്ങൾ കഥാകാരന്മാർ പൊതുവേ നുണ പറയുന്നവരാണ് എന്നാണ് പറയാറുള്ളത്. ഏറ്റവും മനോഹരമായി നുണ പറയാൻ അറിയാവുന്നവരാണ് ഏറ്റവും നല്ല എഴുത്തുകാർ. എന്നാൽ ഇത് നുണയാണ് എന്ന് തലക്കെട്ട് കൊടുത്തിട്ടേ ഞങ്ങൾ അത് എഴുതൂ കേട്ടോ. അതുകൊണ്ടാണ് ഞങ്ങൾ പുസ്തകത്തിനു മുകളിൽ നോവൽ എന്നും കഥ എന്നും ഒക്കെ എഴുതി വെയ്ക്കുന്നത്. എന്നാൽ സത്യം മാത്രമേ പറയൂ എന്ന് നമ്മോട് ആണയിടുന്നവർ നിരന്തരം നുണകൾ മാത്രം ആവർത്തിക്കുന്ന കാഴ്ചയാണ് ഇന്നത്തെ ദുരവസ്ഥ. സത്യം എന്ന് നമ്മോട് പറഞ്ഞിട്ട് നുണ പറയുന്നവരിൽ ഒന്നാം വിഭാഗം രാഷ്ട്രീയക്കാരാണ്. അടുത്തത് പുരോഹിത വർഗ്ഗമാണ്, മതമേലദ്ധ്യക്ഷന്മാരാണ്. മൂന്നാമത്തെ വിഭാഗം മാധ്യമങ്ങളാണ്. പെരുംനുണയന്മാരുടെ കൂട്ടം നമുക്ക് ചുറ്റുമിരുന്ന് ആക്രോശിക്കുന്ന കാഴ്ചകളാണ് ഇന്ന് ദൃശ്യമാധ്യമങ്ങൾ മുഴുവൻ. പത്രങ്ങളിൽ ഇന്ന് വിശ്വസിക്കാവുന്ന ഏകപേജ് സ്പോർട്സ് പേജ് മാത്രമാണ് എന്നുപറഞ്ഞാൽ അതിലൊട്ടും അതിശയോക്തിയില്ല. ബാക്കി മുഴുവൻ സ്ഥാപിത താത്പര്യങ്ങൾക്ക് വേണ്ടി വളച്ചൊടിച്ച വാർത്തകളുടെ, അല്ല കള്ളങ്ങളുടെ കൂമ്പാരമാണ്. ഫിക്ഷൻ എഴുത്തുകാർ പോലും ഇവരുടെ ഭാവനാവിലാസങ്ങൾക്കു മുമ്പിൽ തലകുനിച്ചു പോകും.

ഞാൻ പറഞ്ഞു വന്നത് ടി വി എന്ന മാധ്യമം എങ്ങനെ പുതിയ ഫാസിസത്തിന്റെ കടന്നുവരവിനെ സഹായിക്കുന്നു എന്നാണ്. പരസ്യങ്ങളാണ് അവരുടെ ഇപ്പോഴത്തെ മാർഗ്ഗം. കറുത്തവർക്ക് ഈ നാട്ടിൽ ജോലി കിട്ടില്ല അതുകൊണ്ട് ഞങ്ങളുടെ ക്രീം ഉപയോഗിച്ച് എത്രയും വേഗം വെളുക്കുക എന്നും നിങ്ങളുടെ അടുത്തു നിൽക്കുന്നവനെ അറിയാതെ എങ്ങാനും തൊട്ടുപോയാൽ ഞങ്ങളുടെ സോപ്പ് ഉപയോഗിച്ച് ഏഴുവട്ടം കുളിക്കണം എന്നും നരച്ചവർ പള്ളിക്കൂടത്തിൽ ചെല്ലുന്നത് കുട്ടികൾക്ക് നാണക്കേടായതുകൊണ്ട് ഞങ്ങളുടെ ക്രീം ഉപയോഗിച്ച് തല കറുപ്പിക്കാനും പറയുന്ന പരസ്യങ്ങൾ നിരന്തരം നമ്മുടെ കണ്മുന്നിൽ വന്നു പൊയ്ക്കൊണ്ടേയിരിക്കുന്നു. ഒരു ഭാവമാറ്റവുമില്ലാതെ നാം അതൊക്കെ കണ്ടാസ്വദിക്കുകയും ചെയ്യുന്നു. അതാണ് അവർ ആഗ്രഹിക്കുന്നതും. പക്ഷേ ഈ പരസ്യങ്ങൾ പറയാതെ പറയുന്നു ചില കാര്യങ്ങൾ ഉണ്ട്. കറുത്തവർക്കും നരച്ചവർക്കും ഈ രാജ്യത്ത് സ്ഥാനം ഇല്ലെന്ന്, നിങ്ങളുടെ അടുത്തു നിൽക്കുന്നവനെ തൊട്ടാൽ കുളിക്കണം എന്ന്. പരസ്പരം തൊടാൻ വേണ്ടി, നമുക്കിടയിലെ അകലങ്ങൾ ഇല്ലാതാക്കാൻ വേണ്ടി വലിയ സമരം നടത്തിയ ജനതയാണ് നമ്മൾ.

ചരിത്രം നമ്മൾ മറന്നു കളയുന്നു. ചരിത്രം നമുക്ക് വേണ്ട. History is our third parent എന്ന പ്രസിദ്ധമായ ഒരു വാചകമുണ്ട്. പാകിസ്ഥാനി എഴുത്തുകാരൻ നദീം അസ്ലാമിന്റെ ദ ബ്ലൈന്റ് മാൻസ് ഗാർഡൻ എന്ന നോവലിൽ. ചരിത്രം നമ്മുടെ മൂന്നാമത്തെ രക്ഷകർത്താവാണ്. അതറിയാവുന്നവർ ആണ് ചരിത്രം തിരുത്താൻ ശ്രമിക്കുന്നത്. ചരിത്രം മറന്നു പോയ സമൂഹത്തിന് വിപ്ലവം ആവശ്യമില്ല. മാനവികത ആവശ്യമില്ല. സഹവർത്തിത്വം ആവശ്യമില്ല. പൊതുഇടങ്ങൾ ആവശ്യമില്ല. അവർ താത്ക്കാലിക നേട്ടങ്ങളിൽ അഭിരമിക്കുന്നു. അവർ ജാതിയുടെയും മതങ്ങളുടെയും കൂടാരങ്ങളിൽ അഭയം പ്രാപിക്കുന്നു. ഒരു കാലഘട്ടം, ഒരു തലമുറ നമുക്ക് നേടിത്തന്ന അവകാശങ്ങൾ, സ്വാതന്ത്ര്യം, ധാർമ്മിക ബോധം എന്നിവയെ തിരസ്കരിക്കുന്നു. ഒരു കാലത്ത് മനുഷ്യൻ അനുഭവിച്ച യാതനകളും വേദനകളും നീതിനിഷേധങ്ങളും ധർമ്മ സങ്കടങ്ങളും മറന്നു കളയുന്നു. ഇപ്പോൾ അനുഭവിച്ചുകൊണ്ടിരിക്കുന്ന സ്വാതന്ത്ര്യം ഇല്ലാതാവുന്ന ഒരു കാലത്തെക്കുറിച്ച് അവർ ഒട്ടുമേ ബോധവന്മാരല്ല. അടിമത്തമാണ് നമ്മെ കാത്തിരിക്കുന്ന വിധി എന്ന് ചരിത്രം കാട്ടി എത്ര ഓർമ്മിപ്പിച്ചാലും നമുക്കത് മനസ്സിലാവുന്നില്ല. കണ്ടാൽ മനസ്സിലാവാത്ത കുട്ടിക്ക് കൊണ്ടാൽ മനസ്സിലാവും എന്നേ ഇപ്പോൾ പറയാനാവൂ.

എന്നാലും ഒരെഴുത്തുകാരന്റെ ദൗത്യം എന്ന നിലയിൽ കഴിയാവുന്നിടത്തൊക്കെ വരാൻ പോകുന്ന കൊടുങ്കാറ്റിനെക്കുറിച്ച് വിളിച്ചു പറഞ്ഞു കൊണ്ടേയിരിക്കുന്നു. അതൊരു പ്രവാചക തുല്യമായ ദൗത്യമാണ് എന്ന് ഞാൻ വിശ്വസിക്കുന്നു. അതിന്റെ ഫലമെന്താണ് എന്ന് നാം കാണുന്നുണ്ട്. എം.എം കൽബുർഗിയുടെ, ഗോവിന്ദ് പൻസാരയുടെ, നരേന്ദ്ര ധാബോൽക്കരുടെ, ഗൗരി ലങ്കേഷിന്റെ നേരെ ഉയർന്ന തോക്കുകൾ

അതാണ് നമ്മോട് വിളിച്ചു പറയുന്നത്. അത് ഞങ്ങളെ ഒട്ടും ഭയപ്പെടുത്തുന്നില്ല. എന്നെങ്കിലും ഒരിക്കൽ മരിക്കും. അപ്പോൾ തേങ്ങ തലയിൽ വീണ് ചാവുന്നതിനേക്കാളും നല്ലത് ഭീകരവാദികളുടെ വെടിയേറ്റ് മരിക്കുന്നതു തന്നെ. പക്ഷേ ഈ ജനതയ്ക്ക് എന്താണ് വേണ്ടത് എന്ന് ഭീതിയോടെ മാത്രമേ ഓർമ്മിക്കാൻ കഴിയുന്നുള്ളൂ. ബാലചന്ദ്രൻ ചുള്ളിക്കാട് പറയുന്നുണ്ട്, അടിയന്തരാവസ്ഥ കാലത്ത് ഏറ്റവും സജീവമായി പ്രതികരിച്ചത് കവികളും സാംസ്കാരിക പ്രവർത്തകരും ആയിരുന്നു. പൊലീസിന്റെ ബൂട്ടുകൾക്ക് ഇരയായതും അവർ തന്നെ. അത് ഞങ്ങളെ തളർത്തിയില്ല. എന്നാൽ അതിനു ശേഷം നടന്ന തിരഞ്ഞെടുപ്പിൽ ഇരുപതിൽ ഇരുപതും ആ ശക്തികൾക്ക് നൽകിക്കൊണ്ട് കേരളത്തിലെ ജനത ഞങ്ങളെ തോല്പിച്ചു എന്ന്. അതാണ് ഞങ്ങളെ ശരിക്കും തളർത്തിയത് എന്ന്. ജനത്തിനെപ്പോഴും ബാറാബാസിനെ മതി. ക്രിസ്തുവിനെ ആർക്കും വേണ്ട.

മനുഷ്യരോട് പ്രവചനാത്മകമായി സംസാരിക്കുക, അവനിൽ ഉറങ്ങിക്കിടക്കുന്ന മൃഗവാസനങ്ങളെ മനുഷ്യത്വത്തിലേക്ക് പരിണമിപ്പിക്കുക എന്നിവയൊക്കെയായിരുന്നു എക്കാലത്തും സാഹിത്യത്തിന്റെ ധർമ്മം. മറിയ വർഗാസ യോസ അദ്ദേഹത്തിന്റെ നോബേൽ സമ്മാന പ്രസംഗത്തിൽ പറയുന്നുണ്ടല്ലോ എങ്ങനെയാണ് വളരെ ബാർബേറിയനായിരുന്ന മനുഷ്യൻ എന്ന കാട്ടുജീവിയെ കഥകൾ മനുഷ്യനായി മാറ്റിയത് എന്ന്. പറഞ്ഞ് രസിപ്പിക്കുക എന്നതിനപ്പുറത്ത് സാമൂഹിക പ്രസക്തി കഥകൾക്കുണ്ടായി വന്നതങ്ങനെയാണ്. മനുഷ്യന്റെ ഉള്ളിൽ സ്വാതന്ത്ര്യബോധം, ധാർമ്മികബോധം, നീതിബോധം എന്നിവ നിറച്ചത് കഥകളാണ് എന്ന് അദ്ദേഹം എടുത്തു പറയുന്നുണ്ട്. അതാണ് വായനയുടെ പ്രസക്തി. അതാണ് പുസ്തകങ്ങളുടെ പ്രസക്തി.

ഒരു സംവാദത്തിൽ വെച്ച് ആംനസ്റ്റി ഇന്റർനാഷണലിന്റെ ഇന്ത്യയിലെ തലവൻ ആകാർ പട്ടേൽ പറഞ്ഞു താൻ കഥകൾ വായിക്കാറില്ല എന്ന്. അതിന്റെ സാമൂഹിക പ്രസക്തി അറിയാത്തതിന്റെ കുഴപ്പം ആണെന്നേ ഞാൻ പറയൂ. വായിക്കാത്ത ഒരു രാഷ്ട്രീയ നേതൃത്വമാണ് ഇന്ന് നമുക്കുള്ളത്. മെക്സിക്കോയിലെ എഴുത്തുകാരൻ ഡേവിഡ് ടോസ്കാന അടുത്തിടെ ന്യൂയോർക്ക് ടൈംസിൽ എഴുതിയ ഒരു ലേഖനമുണ്ട്. The coutnry that stopped reading എന്നായിരുന്നു അതിന്റെ തലക്കെട്ട്. വായിക്കാൻ മറന്ന ഒരു രാജ്യം. അദ്ദേഹം പറയുന്നു. ഒരു കാലത്ത് എന്റെ നാട്ടിൽ വിദ്യാഭ്യാസമുള്ളവർ കുറവായിരുന്നു, എന്നാൽ വിവരമുള്ളവർ ധാരാളം ഉണ്ടായിരുന്നു. എന്നാൽ ഇന്ന് വിദ്യാഭ്യാസമുള്ളവർ ഏറെയുണ്ട് എന്നാൽ വിവരമുള്ളവരോ കുറവും. ഇത് നമ്മുടെ ദേശത്തെ സംബന്ധിച്ചും വളരെ ശരിയാണ്. വായിക്കുന്ന ഒരു രാഷ്ട്രീയ നേതൃത്വം നമുക്കുണ്ടായിരുന്നു. ചരിത്രത്തിൽ നിന്നുള്ള പാഠങ്ങൾ അവർ നമുക്ക് പറഞ്ഞു തന്നിരുന്നു. അന്നന്നുള്ള ന്യായീകരണത്തൊഴിൽ ആയിരുന്നില്ല അവർ ചെയ്തിരുന്നത്. കാലത്തിനപ്പുറത്തേക്ക് നോക്കാനും അത് മനുഷ്യർക്ക് പറഞ്ഞു

കൊടുക്കാനുമുള്ള ത്രാണി അവർക്കുണ്ടായിരുന്നു. ഇന്നുകൾക്കപ്പുറത്തേക്ക് നോക്കാൻ ത്രാണിയുള്ള എത്ര നേതാക്കൾ നമുക്കുണ്ട് എന്നന്വേഷിക്കുമ്പോഴാണ് ഈ രാജ്യം നേരിടുന്ന ഏറ്റവും വലിയ പ്രതിസന്ധി നമുക്ക് മനസ്സിലാവുക.

അടുത്തിടെ കംബോഡിയയിലേക്ക് ഒരു യാത്ര പോയിരുന്നു, പോൾ പോട്ടിന്റെ കംബോഡിയയിലേക്ക്. ആകാശത്തോളം ഉയരത്തിൽ തലയോട്ടികൾ കൂട്ടിവെച്ചിരിക്കുന്ന ഒരു സ്മാരകം അവിടെയുണ്ട്. ചരിത്രം ആവർത്തിക്കപ്പെടാതിരിക്കാൻ വേണ്ടിയാണ് ഞങ്ങളിത് ഇവിടെ പ്രദർശിപ്പിക്കുന്നു എന്ന് അതിന്റെ മുന്നിൽ എഴുതി വെച്ചിട്ടുണ്ട്. ശുദ്ധരക്തവാദം ഉയർത്തി ഖമറൂഷുകൾ കൊന്നു കളഞ്ഞ നിരപരാധികളുടെ തലയോട്ടികളായിരുന്നു അവ. ഹിറ്റ്ലറുടേത് ശുദ്ധരക്തവാദം ആയിരുന്നു, ഇന്ന് മ്യാന്മർ റോഹിങ്കുകൾക്കെതിരെ പയറ്റുന്നത് ശുദ്ധരക്തവാദമാണ്. തങ്ങൾ ഒഴികെ ബാക്കിയുള്ളവർ എല്ലാം മോശമാണെന്ന ചിന്തയാണത്. പ്യൂരിറ്റിയെക്കുറിച്ച് പറയുന്നവനെ നാം ഏറ്റവും അധികം പേടിക്കണം. ശുദ്ധഹിന്ദു, ശുദ്ധ മുസ്ലീം, ശുദ്ധക്രിസ്ത്യനും ശുദ്ധ കമ്യൂണിസ്റ്റും അക്കാര്യത്തിൽ ഒരുപോലെ പേടിക്കേണ്ടവരാണ്. അപരനെ കൊല്ലാൻ കാത്തിരിക്കുന്നവരാണ് അവർ. താൻ അല്ലാതെ ബാക്കിയുള്ളവർ എല്ലാം വഴിതെറ്റിപ്പോയവർ ആണെന്ന് വിശ്വസിക്കുന്നവർ. അവരെ നാം പേടിക്കണം. മൂർഖൻ പാമ്പിനെ നാം അതിലും കുറവ് പേടിച്ചാൽ മതി.

മാർകേസിന്റെ കഥയിൽ ഒരു ദ്വീപ് മുഴുവൻ തിന്നു തീർക്കുന്ന ഉറുമ്പുകളെപ്പോലെ ഏകാധിപത്യം നമ്മുടെ രാജ്യത്തെ തിന്നു തീർക്കാൻ ശ്രമിക്കുകയാണ്. കൂടുതൽ ജനങ്ങൾ ഈ ഇന്ത്യയിൽ നിന്ന് പുറത്താക്കപ്പെട്ടുകൊണ്ടിരിക്കുന്നു. ഭൗതികമായല്ല, മാനസികമായി. ഈ ഇന്ത്യ എന്റെ ഇന്ത്യയല്ല എന്ന് ചിന്തിക്കുന്നവരുടെ എണ്ണം കൂടി വന്നുകൊണ്ടേയിരിക്കുന്നു.

പക്ഷേ നാം നിശ്ശബ്ദരായി ഇരിക്കുന്നു. കാരണം ഇത് എന്നെ ബാധിക്കുന്ന പ്രശ്നം അല്ല എന്നാണ് നാം വിചാരിക്കുന്നത്. മാർട്ടിൻ നിമോളറുടെ കവിത പോലെ അവർ സോഷ്യലിസ്റ്റുകളെ തേടി വന്നപ്പോൾ ഞാൻ അനങ്ങിയില്ല, കാരണം ഞാൻ ഒരു സോഷ്യലിസ്റ്റ് ആയിരുന്നില്ല. അവർ ജൂതന്മാരെ തേടി വന്നപ്പോൾ ഞാൻ അനങ്ങിയില്ല, കാരണം ഞാൻ ഒരു ജൂതനായിരുന്നില്ല. അവർ തൊഴിലാളികളെ തേടി വന്നപ്പോൾ ഞാൻ അനങ്ങിയില്ല, കാരണം ഞാനൊരു തൊഴിലാളി ആയിരുന്നില്ല. അവസാനം അവർ എന്നെ തേടി വന്നപ്പോൾ എനിക്ക് വേണ്ടി ശബ്ദിക്കാൻ ആരും ഉണ്ടായിരുന്നില്ല. ഈ സത്യം നാം മനസ്സിലാക്കേണ്ടതുണ്ട്. മൗനമായിരിക്കുന്നവരെ അവർ തേടി വരുന്ന ഒരു കാലം വിദൂരമല്ല. അവർ മുസ്ലീമുകളെ, പ്രണയികളെ, ആദിവാസികളെ, ദളിതരെ, സ്ത്രീകളെ, കുട്ടികളെ തേടി വരും. ഇക്കൂട്ടത്തിൽ ഒന്നും ഞാനില്ലല്ലോ എന്ന് സമാധാനിച്ചിരിക്കാൻ നമുക്ക് അവകാശമില്ല. അതല്ല ഇടതുപക്ഷത്തിന്റെ സ്വഭാവം.

അതല്ല നവോത്ഥാനകാലം നമ്മെ പഠിപ്പിച്ചത്. അന്യനുവേണ്ടി നിലകൊള്ളാനും ശബ്ദമുയർത്താനും പോരാടാനുമാണ് അത് നമുക്ക് കാണിച്ചു തന്നത്.

പുതിയ കാലത്തിലെ മാനവികതയെക്കുറിച്ച് പറയുമ്പോൾ അത് തനിയെ നിൽക്കുന്ന ഒന്നല്ല എന്ന് നാം ഓർമ്മിക്കേണ്ടതുണ്ട്. മനുഷ്യപ്രാപ്തമായ മഹത്വങ്ങളെല്ലാം ദൈവങ്ങളിൽ നിന്ന് പിടിച്ചെടുത്ത് മനുഷ്യനെ ഏല്പിക്കുകയാണ് മാനവികതാപ്രസ്ഥാനം ചെയ്തത്. ദൈവം ചെയ്യുമെന്ന് കരുതിയ കാര്യങ്ങൾ മനുഷ്യൻ ഏറ്റെടുത്ത് ചെയ്യാൻ തുടങ്ങിയ കാലം. മനുഷ്യൻ പട്ടിണിയിൽ ജനിച്ചത്, അടിമത്തത്തിൽ ജനിച്ചത് ഒക്കെ ദൈവത്തിന്റെ കുഴപ്പമാണ്, അത് മാറ്റേണ്ടതും ദൈവം ആണ് എന്നായിരുന്നു ദീർഘകാലം മനുഷ്യൻ വിശ്വസിച്ചിരുന്നത്. മാനവികതാപ്രസ്ഥാനമാണ് അതിനെ മാറ്റിമറിച്ചത്. ദൈവമല്ല മനുഷ്യൻ തന്നെയാണ് അതിനെ മാറ്റിമറിക്കേണ്ടത് എന്ന് അവർ, ആ കാലഘട്ടം നമുക്ക് കാണിച്ചു തന്നു. അങ്ങനെയാണ് നമുക്ക് സാമൂഹിക നവോത്ഥാനം ഉണ്ടാവുന്നത്. മനുഷ്യനെ അവന്റെ സ്വത്വത്തിൽ അംഗീകരിക്കൽ ആയിരുന്നു അതിന്റെ അടിസ്ഥാനം. അതായത് അപരനെ അംഗീകരിക്കൽ.

പുതിയകാലം നേരിടുന്ന ഏറ്റവും വലിയ വെല്ലുവിളി അതുതന്നെയാണ്. എല്ലാം നമ്മൾ ദൈവത്തെ ഏല്പിച്ച് മൗനമായിരിക്കുന്നു. അപരനെ അംഗീകരിക്കാൻ നമുക്ക് വിമുഖതയാണ്. വിശാലമായ അർത്ഥത്തിൽ മനുഷ്യനെ സ്നേഹിക്കുകയും അവരുടെ സ്വാതന്ത്ര്യം അനുവദിച്ചുകൊടുക്കയും ചെയ്യുമ്പോഴാണ് മാനവികത ഉരുവാകുന്നത്. അതിൽ സ്വാതന്ത്ര്യബോധം, നീതിബോധം, ധാർമ്മിക ബോധം എന്നിവയൊക്ക അന്തർലീനമായിട്ടുണ്ട്. അതെങ്ങനെ സാധ്യമാകും എന്ന് കാണിച്ചു തന്ന ഒരു തലമുറ ഇവിടെ ഉണ്ടായിരുന്നു. നാം ഇവിടെ ഒത്തുകൂടി അവരിൽ ഒരാളെ ഓർമ്മിക്കുക എന്നാൽ അവർ മുന്നോട്ട് വെച്ച മാനവികതയെ ആ ദർശനങ്ങളെ ഓർമ്മിക്കുക എന്നാണർത്ഥം. അതിലൂടെ കാലം നമ്മെ ചില ഉത്തരവാദിത്വങ്ങൾ ഭാരമേല്പിക്കുകയാണ് ചെയ്യുന്നത്. വർഗ്ഗീയതയ്ക്ക് കീഴടങ്ങില്ല എന്ന്, രാജ്യത്തെ കോർപ്പറേറ്റുകൾക്ക് അടിയറവ് വെയ്ക്കാൻ സമ്മതിക്കില്ല എന്ന്, ബഹുസ്വരതയ്ക്ക് വേണ്ടി പോരാടും എന്ന്, നമ്മെ ഭിന്നിപ്പിക്കാൻ ശ്രമിക്കുന്നവരെ ഒറ്റപ്പെടുത്തും എന്ന്, ആവിഷ്കാരസ്വാതന്ത്ര്യത്തിനുവേണ്ടി ശബ്ദം ഉയർത്തും എന്ന് നാം പ്രതിജ്ഞ എടുക്കേണ്ടതുണ്ട്. അല്ലെങ്കിൽ കാലം നമ്മെ കുറ്റക്കാർ എന്ന് വിധിക്കും. ജാഗ്രതയോടെ ഇരിക്കുക.

(നെടുമങ്ങാട്ട് നടത്തിയ
കെ.വി. വാസുദേവൻ അനുസ്മരണപ്രഭാഷണം)

നാം എന്തിനു ക്രിസ്തുവിനെ നോക്കണം?

പലപ്പോഴും നാം ക്രിസ്തുവിനെ നോക്കുന്നത് നമ്മുടെ ചില ആവശ്യങ്ങൾ നിവർത്തിച്ചു കിട്ടുമോ എന്നറിയാനാണ്. നമ്മുടെ പ്രാർത്ഥനകളും ഉപവാസങ്ങളും തീർത്ഥയാത്രകളും എല്ലാം ലാഭകേന്ദ്രീകൃതമായിരിക്കുന്നു. അങ്ങനെ ആയിരിക്കാനാണ് പുതിയ 'തിയോളജികൾ' നമ്മെ ഉപദേശിക്കുന്നത്. നമ്മുടെ ഇംഗിതങ്ങൾ നടത്തിക്കിട്ടാനുള്ള ഒരു ഉപകരണം എന്ന നിലയിൽ ക്രിസ്തുവിനെ ഉപയോഗിക്കുക. കിട്ടിയതൊന്നും പോരാ എന്ന ആർത്തിയോടെ നാം അവന്റെ കാൽക്കൽ വീണ് യാചിക്കുന്നു. ദൈവവുമായിട്ടുള്ള സ്വകാര്യസംഭാഷണം എന്ന നിലവിട്ട് പ്രാർത്ഥനകൾ ആവലാതികളുടെ കൂമ്പാരങ്ങളായി മാറുന്നു. അതിനപ്പുറത്ത് നമ്മുടെ വ്യക്തിത്വത്തെയും സ്വഭാവത്തെയും രൂപപ്പെടുത്തുവാൻ വേണ്ടി നമുക്ക് ക്രിസ്തുവിലേക്ക് നോക്കുവാൻ കഴിയുന്നുണ്ടോ എന്നതാണ് ഇന്നത്തെ ചോദ്യം. അങ്ങനെയുള്ള ഒരു ക്രിസ്തുവിനെ നാം ബൈബിളിൽ തേടുമ്പോൾ ഈ ലോക മാതൃകകളിൽ നിന്ന് വ്യത്യസ്തനായ ഒരാളെ നമുക്ക് അവിടെ കണ്ടെത്താൻ കഴിയും.

1) മത്തായി 14:14 അവൻ വന്നു വലിയ പുരുഷാരത്തെ കണ്ടു. അവരിൽ മനസ്സലിഞ്ഞു.

നമ്മെ അനുഗമിക്കാൻ ഒരു വലിയ പുരുഷാരമുണ്ടെങ്കിൽ പിന്നെ ഒരാളിൽ പിന്നെ എന്തുമാറ്റമാണ് ഉണ്ടാവുന്നത് എന്ന് ചരിത്രം നമ്മെ പഠിപ്പിക്കുന്നുണ്ട്. ഹിറ്റ്ലറും മുസ്സോളിനിയും സ്റ്റാലിനും ഒക്കെ സംഭവിച്ചത് അങ്ങനെയാണ്. ആ പുരുഷാരം എന്നത് അവർക്ക് തന്നിഷ്ടത്തിലേക്ക്, അധികാരത്തിലേക്ക്, ഏകാധിപത്യത്തിലേക്ക്, യുദ്ധത്തിലേക്ക് ഒക്കെയുള്ള ചവിട്ടുപടികൾ മാത്രമായിരുന്നു. വിധേയരായ അനുയായികൾ എന്നത് മനുഷ്യനെ അന്ധനാക്കുന്ന, മത്തുപിടിപ്പിക്കുന്ന ഒന്നാണെന്ന് ഈ അനുഭവങ്ങൾ നമ്മെ പഠിപ്പിക്കുന്നുണ്ട്. അധികാരത്തിലേക്ക് നടക്കുന്നവരിൽ മാത്രമല്ല, എഴുത്തുകാരിൽ, പ്രഭാഷകരിൽ, പുരോഹിതന്മാരിൽ, കളിക്കാരിൽ, അധ്യാപകരിൽ എന്നിങ്ങനെ ജീവിതത്തിന്റെ

സർവ്വ തുറകളിലുള്ളവരെയും ബാധിക്കുന്ന ഒന്നാണ് ആ ലഹരി. അവിടെയാണ് നാം ക്രിസ്തുവിനെ നോക്കേണ്ടത്. അവിടെയാണ് അവൻ നമുക്ക് ലോകേതരമായ ഒരു മാതൃക കാട്ടിത്തരുന്നത്. അവന് ആ പുരുഷാരത്തെ കണ്ട് മനസ്സലിയുകയാണ് ചെയ്തത്. അല്ലാതെ അധികാര ഭ്രാന്ത് പിടികൂടുകയല്ല ഉണ്ടായത്. അങ്ങനെ മനസ്സലിഞ്ഞവൻ ആയതു കൊണ്ടാണ് പുരുഷാരങ്ങൾക്കിടയിൽ നിന്ന് വ്യക്തികളെ കണ്ടെത്താൻ അവന് കഴിഞ്ഞത്. പിന്നെ ഒരിക്കൽ 'സക്കായിയേ, നീ മരത്തിൽ നിന്ന് ഇറങ്ങി വാ' എന്ന് പറയാൻ കഴിഞ്ഞത്. അവരുടെ സങ്കടങ്ങൾക്ക് ചെവിയോർക്കുവാനും അവർക്ക് സൗഖ്യം നൽകുവാനും കഴിഞ്ഞത്. ജീവിതത്തിന്റെ ഒരു ഘട്ടത്തിൽ വെച്ച് പുരുഷാരം നിങ്ങളെ അനുഗമിക്കുന്നു എന്നുകണ്ടാൽ നിങ്ങൾ ഏത് മാനസിക ഭാവത്തിലേക്കായിരിക്കും വളരുക?

2) ലൂക്കോസ് 12: 6 രണ്ടു കാശിനു അഞ്ചു കുരുകിലിനെ വിൽക്കുന്നില്ലയോ? അവയിൽ ഒന്നിനെപ്പോലും ദൈവം മറന്നു പോകുന്നില്ല.

ഈ വാക്യത്തിൽ വലിയ പാഠങ്ങൾ പഠിപ്പിച്ചു തരുന്ന ഒരു ചെറിയ കണക്ക് ഉണ്ട്. രണ്ടു കാശിന് അഞ്ചു കുരുകിൽ എന്നു പറഞ്ഞാൽ ഒന്നാമത്തെ കാശിനു രണ്ടെണ്ണം രണ്ടാമത്തെ കാശിനും മറ്റ് രണ്ടെണ്ണം. അഞ്ചാമത്തെ കുരുകിൽ സൗജന്യം എന്നർത്ഥം. അതായത് വിലയില്ലാതെ വെറുതെ കിട്ടുന്നത്. കച്ചവടക്കാരന്റെ സൗജന്യം. എന്നാൽ വിലയില്ല എന്നു കരുതി ദൈവം അതിനെ മറന്നു പോകുന്നില്ല എന്ന് ഈ വാക്യം നമ്മെ പഠിപ്പിക്കുന്നു. സമൂഹത്തിൽ സമ്പത്തിൽ, പഠനത്തിൽ കായികവിനോദങ്ങളിൽ, കലാനിപുണതയിൽ വിലയില്ലാതെ കിടക്കുന്നവരോട് നാം പുലർത്തുന്ന ഒരു അവജ്ഞയുണ്ട്. ഒന്നിനും കൊള്ളാത്തവരായി അവരെ അധിക്ഷേപിക്കാനും തള്ളിക്കളയാനുമാണ് നമുക്കിഷ്ടം. എന്നാൽ ദൈവികത മനസ്സിലുള്ളവർ അവരെ ഒരാളെപ്പോലും മറന്നു കളയുന്നില്ല എന്ന് ക്രിസ്തു ഈ വാക്യത്തിലൂടെ നമ്മെ പഠിപ്പിക്കുന്നു.

3) മത്തായി : 26:53 എന്റെ പിതാവിനോട് ഇപ്പോൾ തന്നെ പന്ത്രണ്ട് ലെഗ്യോനിലും അധികം ദൂതന്മാരെ എന്റെ അരികെ നിറുത്തേണ്ടുന്നതിന് എനിക്ക് അപേക്ഷിച്ചു കൂടാ എന്ന് തോന്നുന്നുവോ..?

ഗദ്സമനാം തോട്ടത്തിൽ വെച്ച് യൂദായാൽ ഒറ്റുകൊടുക്കപ്പെട്ട് ജനക്കൂട്ടത്തിന്റെ കൈകളിൽ അകപ്പെട്ട് നിൽക്കുമ്പോൾ യേശു തന്റെ ശിഷ്യന്മാരിൽ ഒരുവനോട് പറയുന്നതാണ് ഈ വാചകം. പിതാവിനോട് അപേക്ഷിച്ചാൽ എത്ര ദൂതന്മാരെ വേണമെങ്കിലും തന്റെ സംരക്ഷണത്തിനു വേണ്ടി അയച്ചു തരുമെന്ന ക്രിസ്തുവിന്റെ ഉറപ്പാണ് ഇതിൽ കാണുന്നത്. പിതാവിനോട് അപേക്ഷിക്കേണ്ടതില്ല, സ്വയം ആജ്ഞാപിച്ചാൽ

തന്നെ ദൂതന്മാർ എത്തും എന്നവിധത്തിൽ ലോകത്തിന്മേൽ അധികാര മുള്ളവനാണ് ക്രിസ്തു. എന്നാൽ ആ അധികാരത്തിന്റെ ഒരു നുറുങ്ങു പോലും ഉപയോഗിക്കാൻ തയ്യാറാവാതെ അവൻ നിസ്സഹായനായി നിന്നുകൊടുക്കുകയാണ് ചെയ്യുന്നത്. ഇത് ലോകവിപരീതമായ ഒരു കാഴ്ചയും മാതൃകയുമാണ്. അധികാരം ഉള്ളപ്പോൾ അത് ഉപയോഗി ക്കുന്നവനല്ല, അതിനെ അടക്കി വച്ച് സഹിഷ്ണുത പ്രകടിപ്പിക്കുന്നവ നാണ് യഥാർത്ഥ ധീരൻ എന്ന് പറയാറുണ്ട്. എന്നാൽ ഇല്ലാത്ത അധികാരങ്ങൾ കൂടി പ്രകടിപ്പിക്കാനും അവ ഏതുതരം തിന്മയ്ക്കും കൂട്ടാക്കി വെയ്ക്കുവാനുമുള്ള ഒരു പ്രവണതയാണ് ഇപ്പോൾ കണ്ടു വരുന്നത്. നമ്മുടെ കയ്യിൽ ഏതെങ്കിലും വിധത്തിലുള്ള അധികാരം കൈ വരുമ്പോൾ, അത് ഉദ്യോഗസ്ഥ, ഭരണ, സാമൂഹിക, ഭവന തലത്തിൽ ആയിക്കൊള്ളട്ടെ, എങ്ങനെയാണ് നാം അതിനെ ഉപയോഗിക്കാൻ പോകുന്നത് എന്ന് ക്രിസ്തു ഇവിടെ നമ്മോട് ചോദിക്കാതെ ചോദിക്കു ന്നുണ്ട്.

4) മത്തായി 27:40 മന്ദിരം പൊളിച്ച് മൂന്നു നാൾ കൊണ്ട് പണി യുന്നവനേ, നിന്നെത്തന്നെ രക്ഷിക്ക, ദൈവപുത്രനെങ്കിൽ ക്രൂശിൽ നിന്ന് ഇറങ്ങി വാ...

ക്രിസ്തുവിനോടുള്ള കള്ളന്റെ വെല്ലുവിളിയും പരിഹാസവുമാണിത്. ദുർബലനായ മനുഷ്യൻ വല്ലാതെ പതറിപ്പോകുന്ന രണ്ട് സന്ദർഭങ്ങൾ. വെല്ലുവിളി, പരിഹാസം. പക്ഷേ ക്രിസ്തു എത്ര സംയമനത്തോടെയാണ് അതിനെ നേരിട്ടത് എന്ന് നോക്കുക. ഈ സന്ദർഭത്തിൽ മാത്രമല്ല, തനിക്ക് ലഭ്യമായ ഒരു കഴിവും തനിക്കുവേണ്ടിയോ കാഴ്ചക്കാരനു വേണ്ടിയോ ക്രിസ്തു ജീവിതത്തിൽ ഒരിക്കലും പ്രയോഗിക്കുന്നതേയില്ല. എളിയവനു വേണ്ടി, സാധാരണക്കാരനുവേണ്ടി, അർഹതപ്പെട്ടവനുവേണ്ടി അത് എടുത്തുപയോഗിച്ചശേഷം അതൊക്കെയും രഹസ്യത്തിൽ വെയ്ക്കാൻ ഉപദേശിച്ചിട്ടാണ് അവനവരെ മടക്കി അയച്ചിട്ടുള്ളത്. ദൈവം നമുക്ക് പകർന്നു തന്നിട്ടുള്ള കഴിവുകൾ, അദ്ഭുതസിദ്ധികൾ ഒന്നും പ്രകടന ത്തിനുവേണ്ടി ഉപയോഗിക്കാനുള്ളതല്ല, വെല്ലുവിളികൾക്ക് മറുപടി കൊടുക്കാനുള്ളതല്ല, പരിഹാസങ്ങൾക്ക് മറുമരുന്നായി കൊടുക്കാനുള്ള തല്ല എന്ന് ക്രിസ്തു തന്റെ മഹത്തായ പ്രവർത്തിയിലൂടെ നമുക്കിവിടെ കാണിച്ചു തരികയാണ് ചെയ്യുന്നത്. ഇവിടെയാണ് നാം ക്രിസ്തുവിനെ നോക്കേണ്ടത്. അവൻ അദ്ഭുതങ്ങൾ പ്രവർത്തിച്ച നിമിഷങ്ങളി ലേക്കല്ല, അവൻ അദ്ഭുതങ്ങൾ പ്രവർത്തിക്കാതിരുന്ന നിമിഷങ്ങളിലേക്ക്. അത് നമുക്ക് വ്യത്യസ്തമായ ഒരു അനുഭവം ആയിരിക്കും പകർന്നു നൽകുക.

5) എബ്രായർ 2: 17 അവൻ സകലത്തിലും തന്റെ സഹോദരന്മാ രോട് സദൃശ്യനായിത്തീരുവാൻ ആവശ്യമായിരുന്നു.

എന്തിനാണ് ക്രിസ്തുവിനെ കാണിച്ചുകൊടുക്കുമ്പോൾ യൂദാസ് അവനെ ചുംബിച്ചത് എന്നൊരു സംശയം പലരും ഉന്നയിക്കാറുണ്ട്. പല ദൈവശാസ്ത്രവിശാരദന്മാരും അതിനു നൽകുന്ന ഉത്തരമാകട്ടെ പല താണ്. എന്നാൽ അതിന്റെ യഥാർത്ഥ ഉത്തരം ഈ വാചകത്തിലുണ്ട്. അവൻ സകലത്തിലും സഹോദരന്മാർക്ക് സദൃശ്യൻ ആയിരുന്നതു കൊണ്ട് അവനെ ശിഷ്യന്മാർക്കിടയിൽ നിന്നും കണ്ടുപിടിക്കാൻ പടയാളികൾക്കോ ജനക്കൂട്ടത്തിനോ കഴിയുമായിരുന്നില്ല. സകലത്തിലും സദൃശ്യനായിരിക്കുക എന്നത് അത്രവേഗം സാധ്യമാകുന്ന ഒന്നല്ല. നാം മുതിരുന്നതോടെ, ഗുരുവായി മാറുന്നതോടെ, അധ്യാപകൻ ആകുന്ന തോടെ പ്രഭാഷകൻ ആവുന്നതോടെ, നേതാവ് ആകുന്നതോടെ, മാനേജർ ആവുന്നതോടെ നാം നമ്മുടെ ഭാവത്തിലും ചേഷ്ടയിലും വേഷത്തിലും വാക്കുകളിലും വ്യത്യസ്തനാവാനും മറ്റാരോടും സാദൃശ്യമില്ലാതെ ആയി മാറുവാനും ശ്രമിച്ചുകൊണ്ടേയിരിക്കും. പക്ഷേ ക്രിസ്തു അങ്ങനെയൊന്നും വ്യത്യസ്തൻ ആയിരുന്നില്ല. അവൻ വ്യത്യസ്തനായിരുന്നത് അവന്റെ സ്നേഹത്തിലാണ്, അനുകമ്പയിലും ദയയിലും സഹാനുഭൂതിയിലുമാണ്. പുറമെ നോക്കുന്നവർക്ക് കാണാനും തിരിച്ചറിയാനും പാകത്തിൽ ഒന്നും അവനിൽ വേറെ ആയി ഉണ്ടായിരുന്നില്ല. ജീവിതത്തിന്റെ ഉയരങ്ങളെ താണ്ടുമ്പോൾ അഹങ്കാരത്തിന്റെ ഗർവ്വ് ബാധിക്കാതെ നമുക്ക് ഈ ക്രിസ്തുവിനെ നോക്കാൻ കഴിയണം. സഹോദരന്മാരോട് സദൃശ്യനായി തുടരാൻ കഴിയണം.

6) മാർക്കോസ് 16:7 നിങ്ങൾ പോയി അവന്റെ ശിഷ്യന്മാരോടും പത്രോസിനോടും, അവൻ നിങ്ങൾക്കു മുമ്പേ ഗലീലിയിലേക്ക് പോകുന്നു എന്ന് പറവിൻ

മൂന്നാം നാൾ ക്രിസ്തുവിന്റെ ശരീരം വെച്ചിരുന്ന കല്ലറയ്ക്കൽ എത്തിയ സ്ത്രീകളോട് അവൻ പറഞ്ഞേല്പിച്ച പ്രകാരം ദൂതൻ പറയുന്ന വാക്കുകളാണിത്. അതിലെ ഒരു ഭാഗം പ്രത്യേകം ശ്രദ്ധിക്കേണ്ട താണ് 'അവന്റെ ശിഷ്യന്മാരോടും പത്രോസിനോടും' എന്ന ഭാഗം. പത്രോസും അവന്റെ ശിഷ്യന്മാരിൽ ഒരുവനായിരുന്നു. എന്നിട്ടും പത്രോസിനോട് പറയണം എന്ന് ക്രിസ്തു പ്രത്യേകം പറഞ്ഞേല്പിക്കുന്നത് എന്തുകൊണ്ടാണ്? കാരണം മൂന്നുനാൾ മുൻപ് ഒരു നിർണ്ണായക നിമിഷത്തിൽ തന്നെ തള്ളിപ്പറഞ്ഞവനായിരുന്നു പത്രോസ്. ഉയർത്തെഴുന്നേറ്റ നിമിഷം അവനോട് ഒട്ടുമേ ശത്രുതയില്ലാതെ, വിദ്വേഷമില്ലാതെ, പുച്ഛമില്ലാതെ, വളരെ കാരുണ്യത്തോടെ അവനോടുകൂടി പറഞ്ഞേക്കണേ എന്നോർമ്മിപ്പിക്കാൻ ഒരു ക്രിസ്തുവിനു മാത്രമേ കഴിയൂ. ചെറിയ കാര്യങ്ങളിൽ ഇടറിപ്പോകുന്ന മനുഷ്യരോട്, സുഹൃത്തുക്കളോട്, സഹോദരങ്ങളോട്, അതിനെയെല്ലാം പൊറുത്തു കൊടുത്തിട്ട് കാരുണ്യത്തോടെ പ്രവർത്തിക്കാൻ നമുക്ക് സാധ്യമാകേണ്ടതുണ്ട് എന്ന് ക്രിസ്തു നമ്മോട് പറയുന്നു. അതിനായിട്ടാണ് നാം ഉയർത്തെഴുന്നേറ്റ ക്രിസ്തുവിനെ കാണേണ്ടത്, അല്ല നോക്കേണ്ടത്.

ജീവിതത്തെ മുന്നോട്ട് നയിക്കുവാൻ നമുക്കിന്ന് വിവിധ ലോക മാതൃകകൾ ലഭ്യമാണ്. അധികാരത്തിന്റെയും സമ്പത്തിന്റെയും ഗർവ്വിന്റെയും മാതൃകകൾ. പക്ഷേ ക്രിസ്തു മുന്നോട്ട് വെയ്ക്കുന്ന മാതൃക വേറൊന്നാണെന്ന് ഈ വാകൃങ്ങൾ നമ്മോട് ഉറപ്പിച്ചു പറയുന്നു. ഇനി മുതൽ നാം അവനെ നോക്കേണ്ടത്, അവൻ നമുക്കെന്തെങ്കിലും നിവർത്തിച്ചു തരുമോ എന്നറിയാനായിട്ടാവരുത്. അവനെ ചെറിയ രീതിയിലെങ്കിലും പിന്തുടരാവുമോ എന്നന്വേഷിക്കുന്നതിനായിട്ടായിരിക്കണം. അപ്പോഴാണ് നമ്മുടെ ക്രിസ്തുനോട്ടങ്ങൾ അർത്ഥവത്തായി തീരുക.

(മാക്കാംകുന്ന് കൺവെൻഷനിലെ
യുവജനസംഗമത്തിൽ നടത്തിയ പ്രസംഗം)

ബദൽ വായനകളുടെ കാലം

നമ്മുടെ ലൈബ്രറി പ്രസ്ഥാനം പടുത്തുയർത്തുന്നതിൽ മഹത്തായ സംഭാവനകൾ നൽകിയ ആദരണീയനായ ശ്രീ പി.എൻ. പണിക്കർ നമ്മെ വിട്ടു പോയിട്ട് ഏതാണ്ട് കാൽ നൂറ്റാണ്ട് പിന്നിടുന്നു. ലൈബ്രറി പ്രസ്ഥാനം കേരളത്തിന്റെ വായനാസംസ്കാരത്തിൽ ഗുണപരമായ എന്തു സംഭാവനയാണ് നൽകിയത്, അതിനു സമൂഹത്തിൽ എന്തെങ്കിലും സ്വാധീനം ചെലുത്താൻ കഴിഞ്ഞോ എന്നിങ്ങനെയുള്ള ചോദ്യങ്ങൾ ഉയർത്തേണ്ട കാലമാണ് ഇതെന്ന് തോന്നുന്നു. സമകാലിക കേരളത്തിൽ സംഭവിച്ചു കൊണ്ടിരിക്കുന്ന ഒരു നിര കാര്യങ്ങൾ നിരീക്ഷിച്ചാൽ ഈ വായനാ സംസ്കാരം ഒരു തരത്തിലും നമ്മെ ഗുണപരമായി സ്വാധീനിച്ചിട്ടില്ല എന്ന് നമുക്ക് ഖേദത്തോടെ പറയേണ്ടി വരും. സ്വാധീനിച്ചിരുന്നു എങ്കിൽ, വായനയിലൂടെ ലഭിക്കുന്ന പ്രകാശം നമ്മൾ ആർജ്ജിച്ചിരുന്നു എങ്കിൽ, ഇത്തരത്തിൽ പിൻതിരിഞ്ഞു നടക്കുന്ന ഒരു സമൂഹമായി കേരളം മാറുകയില്ലായിരുന്നു. എത്ര വേഗമാണ് നാം പിന്നോട്ടോടി നവോത്ഥാന കാലത്തിനും പുറകിൽ പോയി നില ഉറപ്പിച്ചത്. ഞാൻ ഉദാഹരണങ്ങൾ ഒന്നും നിരത്തുന്നില്ല. എല്ലാം നിങ്ങളുടെ കൺമുന്നിൽ തന്നെയുണ്ട്. നമ്മെ ഓർത്ത് ലജ്ജിക്കാൻ ഇടയാകും വിധമുള്ള തെരുവ് കാഴ്ചകൾ.

എന്താണ് അത് അർത്ഥമാക്കുന്നത്? ഒന്നുകിൽ മലയാളി വേണ്ട വണ്ണം വായിച്ചില്ല. അല്ലെങ്കിൽ വായിച്ചതൊന്നും ഗ്രഹിക്കേണ്ട വിധത്തിൽ ഗ്രഹിച്ചില്ല. കണ്ണിലൂടെ കയറി തലച്ചോറിൽ എത്തി എവിടെയോ മറഞ്ഞു. അത് മനസ്സിനെയോ ഹൃദയത്തെയോ തൊട്ടിട്ടില്ല. ഇനിയെങ്കിലും നമുക്ക് വേറിട്ട വായനയും വായനാസംസ്കാരവും ആവശ്യമായി വന്നിരിക്കുന്നു എന്നാണ് ഇത് സൂചിപ്പിക്കുന്നത്.

മറ്റു പല കലകളും പോലെ തന്നെ പരിശീലനം ആവശ്യമായ ഒരു കലയാണ് വായന. അലസമായി അത് ആസ്വദിക്കുവാനോ സ്വായത്തമാക്കുവാനോ കഴിയുകയില്ല. അങ്ങനെ ചെയ്യേണ്ടതുമല്ല വായന. എന്തു വായിക്കുക എന്നതു മാത്രമല്ല എങ്ങനെ വായിക്കുക എന്നതും പ്രധാനമാണ്. പരന്നു കിടക്കുന്ന വാക്കുകളിലും നിന്നും ആശയങ്ങളും സത്ത ഊറ്റിയെടുക്കാനാണ് വായനയിൽ നാം പരിശീലിക്കേണ്ടത് എന്നു തോന്നുന്നു.

ലക്ഷ്യമില്ലാതെ കടലിൽ അലഞ്ഞു നടക്കുന്ന പായക്കപ്പലുകൾക്ക് വിളക്കുമാടങ്ങൾ ദിശ നൽകുന്നതുപോലെ ചിന്തകളിലും വിചാരങ്ങളിലും നിലപാടുകളിലും ദിശയില്ലാതെ അലയുന്നവർക്ക് വായന ദിശാബോധം നൽകുന്നുണ്ട്. അതുകൊണ്ടു തന്നെ എഴുത്തിനെന്നപോലെ വായനയ്ക്ക് രാഷ്ട്രീയമുണ്ട്. ആ രാഷ്ട്രീയം കണ്ടെത്തി വായിക്കുക എന്നതും പ്രധാനമാണ്. വായനയിൽ നിലനിൽക്കുന്നത് വാക്കുകൾ അല്ല, പുസ്തകമല്ല പകരം അത് മുന്നോട്ട് വെയ്ക്കുന്ന ആശയം ആണ് നിലനിൽക്കുന്നത് ഇത് മനസ്സിലാക്കാതെ വായിക്കുന്നവർ ആണ് മതഗ്രന്ഥങ്ങളിലെ ചില ഭാഗങ്ങൾ അടർത്തി വായിച്ച് അതിനെ അപകടകരമായി വ്യാഖ്യാനിക്കാൻ ശ്രമിക്കുന്നത്. ബൈബിൾ മുഴുവൻ വായിച്ചിട്ട്, അതിൽ യുദ്ധമുണ്ട്, കലാപമുണ്ട്, പ്രസംഗമുണ്ട്, പ്രണയമുണ്ട് എന്നിങ്ങനെ പറയാതെ അത് ആത്യന്തികമായി മുന്നോട്ട് വെയ്ക്കുന്നത് സ്നേഹം എന്ന ആശയം ആണെന്ന് കണ്ടെത്താൻ നമുക്ക് കഴിയണം. അപ്പോഴേ ആ പുസ്തകത്തിനുള്ളിലെ സത്ത കണ്ടെത്തി എന്നു പറയാൻ കഴിയൂ. ആടുജീവിതം നിങ്ങൾ വായിക്കുന്നു, അതിൽ നജീബ് ഉണ്ട്, മരുഭൂമിയുണ്ട്, അർബാബ് ഉണ്ട്, ആടുകൾ ഉണ്ട്, പാമ്പ് ഉണ്ട് എന്നിങ്ങനെ മുറിച്ചു കാണുകയും ആ പുസ്തകം മുന്നോട്ട് വെയ്ക്കുന്ന പ്രത്യാശ എന്ന ആശയം കാണാതെ പോകുകയും ചെയ്യുന്നു എങ്കിൽ നിങ്ങൾ യഥാർത്ഥ വായനക്കാരൻ ആയി മാറിയിട്ടില്ല എന്ന് പറയാൻ കഴിയും. അത് ആർജ്ജിക്കാനാണ് വായനയിൽ പരിശീലനം ആവശ്യമാണ് എന്നു പറയുന്നത്.

ടെസ്റ്റിനുള്ളിൽ അടക്കം ചെയ്യപ്പെട്ടിരിക്കുന്ന സൂക്ഷ്മരാഷ്ട്രീയം വായിച്ചെടുക്കാൻ വായനക്കാരന് കഴിയേണ്ടതുണ്ട്. ആടുജീവിതം തന്നെ ഉദാഹരണമായി എടുക്കാം. നിങ്ങളിൽ ഏറെപ്പേർ വായിച്ചിട്ടുള്ളതുകൊണ്ടാണ് എളുപ്പത്തിനു വേണ്ടി അത് പറയുന്നത്. അതിൽ ഏറ്റവും അധികം വിമർശനം ഉണ്ടായത്. നജീബ് ഒരു ഘട്ടത്തിൽ 'എന്റെ ഉപ്പ ചത്തുപോയി' എന്ന് പറയുന്നുണ്ട്, അതിനാണ്. ഇസ്ലാം മതവിശ്വാസിയായ ഒരാൾ ഒരു മനുഷ്യൻ ചത്തു എന്നു പറയില്ല. മരിച്ചു എന്നേ പറയാവൂ എന്നായിരുന്നു വിമർശനം. പക്ഷേ എഴുത്തുകാരൻ മനഃപൂർവ്വം എഴുതുന്നതാണ് അതൊക്കെ, നമ്മുടെ സമൂഹത്തിൽ തീപ്പെടാനും കാലം ചെയ്യാനും ദിവംഗതനാവാനും ചരമം പ്രാപിക്കാനും ഭാഗ്യമുള്ളവർക്കിടയിൽ വെറുതെ ചത്തുപോകാനും വിധിക്കപ്പെട്ട ജന്മങ്ങളുണ്ട് എന്ന പറച്ചിലാണത്. ആ രാഷ്ട്രീയം നമുക്ക് വായിച്ചെടുക്കാൻ കഴിയണം. അതിനാണ് വായനയിൽ പരിശീലനം ആവശ്യമുണ്ട് എന്ന് ഞാൻ ആവർത്തിച്ചു പറയുന്നത്.

പക്ഷേ മനുഷ്യർ വായനയെ സമീപിക്കുന്നത് പലവിധമായ ഉദ്ദേശ്യങ്ങളോടെയാണ്. വെറുതെ രസത്തിനു. സമയം കളയാൻ, ഉറക്കം വരാൻ വേണ്ടി, അന്വേഷണാത്മകമായി, പഠനാർത്ഥം, വൈജ്ഞാനിക ദാഹം മൂലം, ആസ്വാദനത്തിന് അങ്ങനെ ഒട്ടനവധി ലക്ഷ്യങ്ങൾ ഉണ്ടാവാം ഓരോ വായനയ്ക്ക് പിന്നിലും. ഇന്ന ആവശ്യത്തിനു വേണ്ടി മാത്രമേ വായിക്കാവൂ എന്നോ ഈ രീതിയിൽ മാത്രമാണ് വായിക്കേണ്ടതെന്നോ

നമുക്കാരോടും ശഠിക്കാനും കഴിയുകയില്ല. എന്നാൽ ഒരു സാമൂഹിക ദൗത്യം എന്ന നിലയിലോ, ഉത്തരവാദിത്വം എന്ന നിലയിലോ, കടമ എന്ന നിലയിലോ വായിക്കുന്ന ചിലരെങ്കിലും ഉണ്ട്. അവരാണ് ബദൽ വായനകൾ സാധ്യമാക്കുന്നവർ.

ഒരു ടെസ്റ്റിനുമേൽ ബദൽ വായനകൾ ഉണ്ടാവുന്നതെന്തുകൊണ്ടാണ്? അതാണ് നാം ആദ്യം ചിന്തിക്കേണ്ടത്. അപ്പോഴേ ബദൽ വായനകളുടെ സാധ്യതയെക്കുറിച്ച് നമുക്ക് ചർച്ച ചെയ്യാനാവൂ.

അതിനു പിന്നിൽ മൂന്നു കാരണങ്ങൾ ഉണ്ടെന്നാണ് ഞാൻ കരുതുന്നത്. ഒന്ന്, ബദൽ ചിന്തകളോ ദർശനങ്ങളോ ഉണ്ടായി വരുന്നു. രണ്ട്, കാലം പരുവപ്പെടുന്നു. മൂന്ന് അങ്ങനെ വായിക്കാൻ പ്രാപ്തിയുള്ള തലമുറ ഉണ്ടായി വരുന്നു. കേവലം പുസ്തകത്തിന്റെയോ സാഹിത്യത്തിന്റെയോ മേൽ മാത്രമല്ല ബദൽ വായനകൾ ഉണ്ടാവുന്നത്. മതം, ദൈവം, മിത്ത്, ഇതിഹാസം, പുരാണം, വ്യവസ്ഥ, കാലം, ചരിത്രം, സമൂഹം, വ്യക്തി, സാഹിത്യം എന്നിവയിൽ എല്ലാം ബദൽ വായനകൾ നടക്കുന്നുണ്ട്. അതോടെ അതുവരെ നിലനിന്നിരുന്ന ചില വിചാരങ്ങളെ, അല്ലെങ്കിൽ വിശ്വാസങ്ങളെ ആ വായന റദ്ദാക്കിക്കളയുന്നു. ഇന്നലെവരെ ആർക്കും കാണാൻ കഴിയാതിരുന്ന ഒരു തലം ഈ വായനയിൽ ദർശിക്കാൻ കഴിയുന്നു.

എങ്ങനെയാണ് ഇന്നോളം ബദൽ വായനകൾ സാധ്യമായത് എന്ന് ചില ഉദാഹരണങ്ങളിലൂടെ നോക്കാം. പുതിയ ചിന്തകളും ദർശനങ്ങളും ഉണ്ടായി വരുന്നതോടെ സമൂഹത്തെയും സാഹിത്യത്തെയും വായിക്കാൻ പുതിയ ഒരു ഏകകം അല്ലെങ്കിൽ തോത് വീണു കിട്ടുകയാണ് ചെയ്യുന്നത്. ഉദാഹരണമായി മാർക്സിസ്റ്റ് ദർശനം. അത് ഉരുവായി വന്നതോടെ അതുവരെ ഉണ്ടായിരുന്ന എല്ലാ ടെസ്റ്റിനു മുകളിലും അന്നോളം സാധ്യമാകാതിരുന്ന പുതിയ ഒരു വായന സാധ്യമായി. പിന്നെ ഉള്ള ഒരു വായനയും ആ ദർശനത്തിന്റെ പിടിയിൽ നിന്ന് മോചിതമല്ല. ദലൂസ് പറയുന്ന ഒരു കാര്യമുണ്ട്. ഈഡിപ്പസ് കോംപ്ലക്സിനെക്കുറിച്ച് ഫ്രോയ്ഡ് പറഞ്ഞ നിമിഷം മുതൽ അത് നിലവിൽ വന്നു കഴിഞ്ഞു. അതിനുശേഷമുള്ള ഓരോ വ്യക്തിയെയും സമൂഹത്തെയും പുസ്തകത്തെയും ആ ഒരു ദർശനത്തിന്റെ കണ്ണിൽ കൂടി നാം വായിക്കുന്നുണ്ട്.

ശ്രീനാരായണ ഗുരു അരുവിപ്പുറത്ത് ഈഴവശിവനെ പ്രതിഷ്ഠിച്ച ചരിത്ര സംഭവം നമുക്കേവർക്കും അറിയാവുന്നതാണ്. ചരിത്രത്തിന്റെ കണ്ണിൽ അതൊരു വിപ്ലവം തന്നെ ആയിരുന്നു. എന്നാൽ ഒരു നൂറ്റാണ്ട് കഴിഞ്ഞ് അതേ സംഭവത്തെ നാം വായിക്കുമ്പോൾ അതിലൊരു പ്രതിലോമത ആരോപിക്കപ്പെടുന്നുണ്ട്. അതായത് ശിവനെ പ്രതിഷ്ഠിച്ചതിലൂടെ മാടൻ, മറുത, ചാത്തൻ തുടങ്ങിയ അനേകം കീഴാള ദൈവങ്ങളെ റദ്ദു ചെയ്തു കളയുകയാണ് ഗുരു അതിലൂടെ ചെയ്തത് എന്ന് ഇന്നത്തെ കാലം വായിക്കുന്നു. പുതിയ കാലത്തിൽ ഉയർന്നു വന്ന ദളിത് പക്ഷ വായനയിൽ നിന്നാണ് അങ്ങനെ ഒരു വിമർശനം സാധ്യമാകുന്നത്.

അല്ലെങ്കിൽ അങ്ങനെയൊരു കാഴ്ച നമുക്ക് ലഭിക്കുമായിരുന്നില്ല. മറ്റൊരുദാഹരണം പറഞ്ഞാൽ കാടുകൾ വെട്ടിത്തെളിച്ച് കൃഷി ചെയ്യുക മനുഷ്യപുരോഗതി എന്ന നിലയിലാണ് നമ്മൾ കണ്ടിരുന്നത്. കാവുകൾ ഇല്ലായ്മ ചെയ്യുന്നതിനെ നവോത്ഥാനമായും അന്ധവിശ്വാസത്തിന്റെ ഉച്ചാടനമായും നാം കണ്ടിരുന്നു. പുതിയ കാലത്ത് അവയെ നാം അങ്ങനെ കാണുമോ? ഇല്ല. കാരണം ഇക്കാലയളവിൽ പുതിയൊരു പാരിസ്ഥിതിക ബോധം ഇവിടെ നിലവിൽ വന്നു കഴിഞ്ഞിരിക്കുന്നു. അതിന്റെ തുടർച്ചയായി നാം ഇക്കോ ഫിലോസഫിയും ഇക്കോ മാർക്സിസവും ഇക്കോ ഫെമിനിസവും ഇക്കോ ക്രിട്ടിസിസവും ചർച്ച ചെയ്യുന്നു. പുതിയ ദർശനങ്ങളുടെയും കാഴ്ചകളുടെയും ആവിർഭാവം എങ്ങനെയാണ് നമ്മുടെ പ്രവർത്തിയിന്മേലുള്ള ബദൽ വായന സാധ്യമാക്കുന്നത് എന്നാണ് ഇത് തെളിയിക്കുന്നത്.

മലയാള സാഹിത്യത്തിലെ തന്റേടിയായ എഴുത്തുകാരൻ എന്ന് വിശേഷിപ്പിക്കപ്പെട്ട പൊൻകുന്നം വർക്കിയുടെ അനുസ്മരണം എന്ന നിലയിൽ കൂടിയാണ് നാം ഈ പ്രഭാഷണം ഇവിടെ സംഘടിപ്പിച്ചിരിക്കുന്നത്. അദ്ദേഹത്തിന്റെ ഏറ്റവും പ്രശസ്തമായ കഥകളിൽ ഒന്നാണല്ലോ ശബ്ദിക്കുന്ന കലപ്പ. മനുഷ്യനും മണ്ണും മൃഗങ്ങളും തമ്മിലുള്ള അഭേദ്യമായ ബന്ധത്തെ കുറിക്കുന്ന കഥ എന്നാണ് എൻ.വി. കൃഷ്ണവാര്യർ എഴുതിയത്. അങ്ങനെ തന്നെയാണ് ഏറെക്കാലം നാം ആ കഥ വായിച്ചതും. എന്നാൽ പുതിയ കാലത്ത് ആ ബന്ധത്തിനു പുതിയ നിർവ്വചനം ഉണ്ടായി വന്നിരിക്കുന്നു. അവുസേപ്പ് ചേട്ടന് തന്റെ കാളയായ കണ്ണനോട് ഉണ്ടായിരുന്നത് കർഷനു തന്റെ ഉപകരണത്തോടുള്ള ബന്ധം മാത്രമായിരുന്നു, അതയാളുടെ സ്വാർത്ഥതയുടെ പ്രതിഫലനം ആയിരുന്നു എന്നൊരു ബദൽ വായനയാണത്. പുതിയ ദർശനങ്ങളുടെ പശ്ചാത്തലത്തിൽ പഴയ പലതിനെയും വായിക്കുമ്പോൾ ഈ കുറവ് നമുക്ക് കണ്ടെത്താൻ കഴിയും. എസ്.കെ. പൊറ്റക്കാട്ട് ആഫ്രിക്കൻ നാടുകളിലേക്ക് നടത്തിയ യാത്രാവിവരണങ്ങൾ വായിച്ചാൽ ആഫ്രിക്കയെ ഇരുണ്ട ഭൂഖണ്ഡം എന്നും അവിടുത്തെ നിവാസികളെ കറുമ്പന്മാർ എന്നും നീഗ്രോകൾ എന്നുമൊക്കെയാണ് വിശേഷിപ്പിക്കുന്നത്. അന്ന് അതിൽ തെറ്റില്ലായിരുന്നു. നിലനിൽക്കുന്ന പൊതുബോധത്തിൽ നിന്നു കൊണ്ടാണ് അവ എഴുതപ്പെട്ടിട്ടുള്ളത്. എന്നാൽ ഇന്ന് ആ പൊതുബോധത്തിനു മാറ്റം സംഭവിച്ചിരിക്കുന്നു. ഒരു ദേശത്തെയും ജനതയെയും അങ്ങനെ വിശേഷിപ്പിക്കുന്നതിൽ ക്രൂരമായ തെറ്റുണ്ട് എന്ന് നാം മനസ്സിലാക്കുന്നു.

അങ്ങനെ ബദലുകൾ ഉയർന്നു വരുന്നതോടെ നമ്മുടെ ബോധത്തിൽ പുതിയ വെളിച്ചങ്ങൾ ഉണ്ടായി വരുന്നതിനു എത്ര ഉദാഹരണങ്ങൾ വേണമെങ്കിലും എടുത്തു കാട്ടുവാൻ കഴിയും. സർക്കസിൽ ഒരു കാലത്ത് വ്യാപകമായി മൃഗങ്ങളെ ഉപയോഗിച്ചിരുന്നു. നാം അതിൽ വലിയ പാതകമൊന്നും കണ്ടിരുന്നില്ല. എന്നാൽ മൃഗങ്ങളെ അതിന്റെ

യഥാർത്ഥ ആവാസവ്യവസ്ഥയിൽ ജീവിക്കാൻ അനുവദിക്കണം എന്നൊരു ബോധ്യം ഇന്ന് നമുക്കുണ്ട്. അതുതന്നെയാണ് ആനപ്രേമം എന്നത് ആനദ്രോഹമാണ് എന്ന തിരിച്ചറിവും. ചില കടുംപിടുത്തങ്ങൾ കാരണം നമുക്കതിൽ നിന്ന് മോചനം പ്രാപിക്കാൻ കഴിഞ്ഞിട്ടില്ല എന്നു മാത്രം.

ഭാഷാപ്രയോഗങ്ങളിലാവട്ടെ ഈ മാറ്റം വളരെ പ്രകടമാണ്. അങ്ങനെയാണ് അന്യസംസ്ഥാന തൊഴിലാളി ഇതരസംസ്ഥാന തൊഴിലാളിയായി മാറുന്നത്. അന്ധൻ, ബധിരൻ എന്നിങ്ങനെ എഴുതിവെച്ചിരുന്ന ബസ് സീറ്റുകൾക്ക് മുകളിൽ ഇപ്പോൾ ഭിന്നശേഷിക്കാൻ എന്ന് എഴുതുന്നത്. നാം തെറികളായി ഉപയോഗിച്ചിരുന്ന വാക്കുകളായ ചെറ്റ, പുലയാടി മോൻ, കൂത്തിച്ചി, പോടാ കൊറവാ, പോയി ചൊരയ്ക്കെടാ എന്നിവയെല്ലാം കടുത്ത മനുഷ്യവിരുദ്ധമാണെന്ന് നാം തിരിച്ചറിഞ്ഞു കഴിഞ്ഞിരിക്കുന്നു.

എവിടെ നിന്നാണ് ഇത്തരം ബോധ്യങ്ങൾ ഉണ്ടായി വരുന്നത്? കാലം, ചരിത്രം, സമൂഹം ഭാഷ, വ്യവസ്ഥ എന്നിവയിലുള്ള ബദൽ വായനകളിലൂടെയാണ് ഇത് സംഭവിച്ചിട്ടുള്ളത്.

സാഹിത്യത്തിന്റെ പ്രധാനധർമ്മങ്ങളിൽ ഒന്നാണ് ബദൽ വായന. ചരിത്രത്തെ, ഇതിഹാസത്തെ, സംഭവങ്ങളെ, വ്യക്തികളെ ഒക്കെ ബദൽ വായനയ്ക്ക് വിധേയമാക്കിയപ്പോൾ നമുക്ക് മികച്ച കൃതികൾ ലഭിച്ചു. ഹോമറിന്റെ ഒഡേസിയെ പുനർവായിച്ചപ്പോഴാണ് നമുക്ക് യുളീസസ്സും ഡോൺ ക്വിസോട്ടും ഹോബിറ്റും ലഭിച്ചത്. മഹാഭാരതത്തിന്റെ ബദൽ വായനകളിൽ രണ്ടാമൂഴവും കർണ്ണനും യതാതിയും ഇനി ഞാൻ ഉറങ്ങട്ടെയും മഹാഭാരത കഥയും ലഭ്യമായത്. രാമായണത്തിന്റെ ബദൽ വായന പണ്ടു കാലം മുതൽക്കേ നിലനിന്നിരുന്നു എന്നാണ് എ.കെ രാമാനുജൻ കണ്ടെത്തിയ മുന്നൂറു രാമായണങ്ങളിലൂടെ മനസ്സിലാവുന്നത്. ബൈബിൾ മാർക്സിസ്റ്റ് ആശയങ്ങളുടെ പശ്ചാത്തലത്തിൽ വായിക്കുന്നതോടെയാണ് വിമോചന ദൈവശാസ്ത്രം എന്നൊരു തിയോളജി തന്നെ ഉയർന്നു വരുന്നത്. മദ്ധ്യകാലത്ത് ബൈബിൾ വായിക്കുന്നതു പോലെയേ അല്ല, ഇരുപത്തിയൊന്നാം നൂറ്റാണ്ടിൽ അത് വായിക്കുന്നത്. അതിന് മാർക്സിസ്റ്റ്പക്ഷത്തു നിന്നും ഫെമിനിസ്റ്റ്പക്ഷത്തു നിന്നും കീഴാള പക്ഷത്തിന്നും പരിസ്ഥിതിപക്ഷത്തു നിന്നും പുതിയ വായനകൾ ഉണ്ടായി വന്നു.

അതിലെ കഥാപാത്രങ്ങളെ സൂക്ഷ്മമായ ബദൽ വായനയ്ക്ക് വിധേയമാക്കിയപ്പോഴാണ് നമുക്ക് ലാസ്റ്റ് ടെംപ്റ്റേഷൻ ഓഫ് ക്രൈസ്റ്റ്, ഗോസ്പൽ അക്കോർഡിംഗ് ടു ജീസസ് ക്രൈസ്റ്റ്, എന്തുണ്ട് വിശേഷം പീലാത്തോസേ എന്നിങ്ങനെ അനേകം കൃതികൾ ലഭിച്ചത്.

പുരാണങ്ങളെയും ഇതിഹാസങ്ങളെയും അങ്ങനെ വായിക്കാൻ പ്രാപ്തമായ കാലവും അതിനു കരുത്തുള്ള തലമുറയും ഉണ്ടായി വന്നതിന്റെ തുടർച്ചയാണത്.

ഇനി ചരിത്രത്തിന്റെ ബദൽ വായനയിലൂടെ ഉണ്ടായിട്ടുള്ള ചില നോവലുകൾ നോക്കാം, ഫ്രഞ്ച് വിപ്ലവത്തിന്റെ ബദൽ വായനയാണ് എ ടെയ്ൽ ഓഫ് ടൂ സിറ്റീസ്, വാർ ആന്റ് പീസ്, ഗോൺ വിത്ത് വിന്റ് എന്നിവയെന്ന് നമുക്കറിയാം. ചരിത്രത്തിലെ വ്യക്തിത്വങ്ങളെ ബദൽ വായനയ്ക്ക് വിധേയമാക്കിയപ്പോഴാണ് സി വിയുടെ മാർത്താണ്ഡവർമ്മയും സക്കറിയയുടെ ഇതാണെന്റെ പേരും ഓണക്കൂറിന്റെ പർവ്വതങ്ങളിലെ കാറ്റും പെരുമ്പടവത്തിന്റെ സങ്കീർത്തനം പോലെയും ഒക്കെ നമുക്ക് വായിക്കാൻ കിട്ടിയത്.

നമ്മുടെ പുതിയ കഥകൾ പരിശോധിക്കുക. അത് പൂർണ്ണമായും പാരിസ്ഥിതിക, ദളിത്, കീഴാള ബോധം വഹിക്കുന്നവയാണ്. പൂർണ്ണമായും പാർശ്വവത്കരിക്കപ്പെട്ടവരുടെ പക്ഷത്ത് നിൽക്കുന്നവയാണ്. നിലനിൽക്കുന്ന ഭാഷ, ശൈലി എന്നിവയെല്ലാം അടിമുടി മാറ്റിയെഴുതാൻ അവയ്ക്ക് കഴിഞ്ഞത് ബദൽ വായനയ്ക്ക് തയ്യാറായ ഒരു മനസ്സ് അതിന്റെ രചയിതാക്കൾക്ക് ഉണ്ടായതുകൊണ്ടാണ്.

എന്നാൽ ബദൽ വായനകൾ ഇന്ന് എത്രത്തോളം സാധ്യമാണ് എന്നൊരു ചോദ്യം കൂടി ഇത്തരുണത്തിൽ ഉയർന്നു വരേണ്ടതുണ്ട്. മനുഷ്യൻ കൂടുതൽ പാരമ്പര്യവാദികളും നിലനിൽക്കുന്ന മാമൂലുകളുടെ ഉപാസകരും ആയി മാറുമ്പോൾ ബദൽ വായനകൾക്ക് നേരെ ആക്രോശങ്ങൾ ഉയരുന്നത് നാം കാണുന്നു. ഞങ്ങൾ പറയുന്നതു മാതിരി മാത്രം വായിച്ചാൽ മതി എന്ന് അവർ നമ്മോട് കല്പിക്കുന്നു. ഇത് വായനയിന്മേലുള്ള, അതിന്റെ സ്വാതന്ത്ര്യത്തിന്മേലുള്ള വലിയ ഒരു കടന്നുകയറ്റമാണ്. സ്വതന്ത്രമായ വായനകൾ ഉണ്ടായെങ്കിൽ മാത്രമേ ബദലുകൾ സൃഷ്ടിച്ചെടുക്കാൻ നമുക്ക് കഴിയൂ. ഏകാധിപത്യവും ഫാസിസവും അത്തരം സാധ്യതകളെ എല്ലാം അട്ടിമറിക്കാനും റദ്ദു ചെയ്തു കളയാനും ശ്രമിക്കുന്നത് നാം കാണുന്നു. ഇതിനോടൊപ്പം ചേർത്ത് വായിക്കേണ്ട മറ്റൊന്നു കൂടിയുണ്ട്. തെറ്റായ ബദൽ വായനകൾ, അപകടകരമായ ബദൽ വായനകൾ, ചരിത്രത്തെ തെറ്റായി വ്യാഖ്യാനിച്ച് സ്വന്തം ആവശ്യങ്ങൾക്കായി വളച്ചൊടിക്കുന്ന കാലമാണിത്. ബദൽ വായനയ്ക്കുള്ളിലെ രാഷ്ട്രീയം നാം ഇവിടെയാണ് തിരിച്ചറിയേണ്ടത്.

വായന ഒരു കലയാണ്, അതിനു പരിശീലനം ആവശ്യമാണ് എന്നു പറയുന്നത് അതുകൊണ്ടാണ്. വെറുതെയുള്ള വായനകൾ സമൂഹത്തെ ഒരു ചുവടുപോലും മുന്നോട്ട് നയിക്കില്ല എന്നു നാം കണ്ടു കഴിഞ്ഞു. ഗൗരവമായി വായിക്കുക. സൂക്ഷ്മമായി വായിക്കുക. ടെസ്റ്റുകൾക്കുള്ളിൽ നിന്നും ആശയങ്ങളെ കണ്ടെത്താൻ ശ്രമിക്കുക. അപ്പോഴാണ് വായന അർത്ഥവത്തായി മാറുന്നത്.

(തൃശ്ശൂർ സദസ് സംഘടിപ്പിച്ച
പൊൻകുന്നം വർക്കി സ്മൃതി പ്രഭാഷണം)

വിഷാദത്തിനുള്ള മരുന്നാണ് എനിക്ക് എഴുത്ത്

വേദിയിലുള്ള എല്ലാവർക്കും പ്രിയപ്പെട്ട വായനക്കാർക്കും പ്രിയപ്പെട്ട കൂട്ടുകാർക്കും എന്റെ വിനീതമായ നമസ്കാരം.

ഇതൊരു നന്ദി പറച്ചിലിന്റെ നിമിഷമാണ്. ഇത് കടപ്പാടുകൾ രേഖപ്പെടുത്താനുള്ള വേളയാണ്. ജീവിതത്തിന്റെ ഇതുവരെയുള്ള യാത്രകളെ ഒന്ന് തിരിഞ്ഞു നോക്കാനുള്ള അവസരമാണ്. എങ്ങനെ ഇവിടെ വരെ നടന്നെത്തി എന്ന് അന്വേഷിക്കാനുള്ള വേദിയാണ്. എന്തിനെഴുതുന്നു എന്ന് സ്വയം ചോദിക്കാനുള്ള നിമിഷങ്ങളാണ്. അതിലുപരി കണ്ടുമുട്ടലുകളുടെയും കൂടിച്ചേരലുകളുടെയും നിമിഷങ്ങളാണ്. എഴുത്തുകാരും എഴുത്തുകാരും തമ്മിൽ, എഴുത്തുകാരും വായനക്കാരും തമ്മിൽ കൂട്ടുകാരും കൂട്ടുകാരും തമ്മിൽ. അതുക്കും മേലെ ഇത് മനുഷ്യർക്ക് വന്നുകൂടാനുള്ള ഒരു പൊതു ഇടമാണ്. ജാതിയുടെയോ മതത്തിന്റെയോ വർഗ്ഗത്തിന്റെയോ വർണ്ണത്തിന്റെയോ രാഷ്ട്രീയത്തിന്റെയോ നിറങ്ങളില്ലാതെ, നിറഭേദങ്ങളില്ലാതെ, സാഹിത്യത്തെ ഇഷ്ടപ്പെടുന്ന, വായന ഇഷ്ടപ്പെടുന്ന, മനുഷ്യനെ ഇഷ്ടപ്പെടുന്ന, കൂടിച്ചേരലുകൾ ഇഷ്ടപ്പെടുന്ന വെറും മനുഷ്യന്മാർ ഒത്തുകൂടുന്ന ഇടം. സാഹിത്യവേദികൾക്കും പുരസ്കാര സ്വീകരണച്ചടങ്ങുകൾക്കും അങ്ങനെയും ചില സൂക്ഷ്മരാഷ്ട്രീയത്തിന്റേതായ മാനങ്ങൾ കൂടിയുണ്ട്.

സമയത്തിനു പണത്തെക്കാൾ അധികം വിലയുള്ള ഒരു കാലത്തിലാണ് നാം ഇന്ന് ജീവിക്കുന്നത്. അതുകൊണ്ടാണല്ലോ നാം ടോൾ കൊടുത്ത് യാത്ര ചെയ്യാൻ തയ്യാറാവുന്നത്. കൂടുതൽ പണം കൊടുത്ത് വെർച്വൽ ക്യൂവിൽ ഇടംപിടിക്കുന്നത്. അങ്ങനെ ഒരു കാലത്ത് ജീവിതത്തിലെ എത്രയോ അധികം തിരക്കുകൾ മാറ്റിവെച്ചിട്ടാണ് നിങ്ങൾ ഓരോരുത്തരും ഇവിടെ എത്തിച്ചേർന്നിരിക്കുന്നത് എന്ന് എനിക്കറിയാം. ആ നിമിഷങ്ങളെ ഞാൻ വിലമതിക്കുന്നു. എന്റെ ജീവിതത്തിലെ ഈ ധന്യനിമിഷത്തിനു സാക്ഷ്യം വഹിക്കുവാൻ നിങ്ങൾ വന്നുവല്ലോ, നന്ദി.

ഈ പുരസ്കാരം മറ്റൊരാൾക്കായിരുന്നുവെങ്കിലും നിങ്ങൾ ഇവിടെ എത്തിച്ചേരുമായിരുന്നു എന്ന് എനിക്കുറപ്പുണ്ട്. കാരണം ആത്യന്തികമായി നാം ഇഷ്ടപ്പെടുന്നത് വ്യക്തികളെയല്ല, സാഹിത്യത്തെയാണ്. ഇതുപോലെ സാഹിത്യത്തെയും സാഹിത്യകാരന്മാരെയും നെഞ്ചോട് ചേർത്തുപിടിക്കുന്ന ഈ മലയാള ദേശത്ത് വന്നു പിറക്കാനും മലയാളത്തിലെ ഒരെഴുത്തുകാരനായിത്തീരാനും കഴിഞ്ഞതിലുള്ള സന്തോഷം ഞാൻ ആദ്യമെ പങ്കുവെയ്ക്കുന്നു. ഇത് മുന്തിരിങ്ങ പുളിക്കും എന്നു പറഞ്ഞ കുറുക്കന്റെ ന്യായം പറച്ചിൽ അല്ല. നമ്മുടെ മലയാളത്തിലെ ഒരെഴുത്തുകാരൻ സ്നേഹിക്കപ്പെടുന്നതുപോലെ, ആദരിക്കപ്പെടുന്നതുപോലെ, വിലമതിക്കപ്പെടുന്നതുപോലെ ലോകത്തിൽ എത്ര ഭാഷകളിൽ എഴുത്തുകാർക്ക് ഈ ഭാഗ്യമുണ്ട്.

അടുത്തിടെ ഞാൻ ചവറ എന്ന സ്ഥലത്ത് ഒരു സാംസ്കാരിക സമ്മേളനത്തിനു പോയി. മലയാളത്തിന്റെ അനുഗൃഹീത നടൻ നെടുമുടി വേണു ആയിരുന്നു അന്ന് എനിക്കൊപ്പം ഉണ്ടായിരുന്ന മറ്റൊരു അതിഥി. ഗ്രാമചത്വരത്തിൽ നിന്ന് വലിയ ജാഥയായി സ്വീകരിച്ചാനയിച്ചുകൊണ്ടാണ് സമ്മേളനസ്ഥലം വരെ പോയത്. ഏതാണ്ട് ഒരു കിലോമീറ്റർ ദൂരം. ഈ ദൂരമത്രയും പാതയ്ക്ക് ഇരുവശത്തുമുള്ള വീടുകളുടെ മുഴുവൻ മുന്നിൽ നിലവിളക്കുകൾ കത്തിച്ചു വെച്ചിരിക്കുന്നു. അവിടുത്തെ ക്ഷേത്രത്തിൽ ഉത്സവം നടക്കുകയാണെന്നും അതിന്റെ ഭാരമായി പറയ്ക്ക് എഴുന്നെള്ളത്ത് വരുന്ന നേരമായതിനാൽ നിലവിളക്ക് കൊളുത്തിവെച്ചിരിക്കുന്നു എന്നുമാണ് ഞാൻ കരുതിയത്. എന്നാൽ അങ്ങനെയല്ലെന്നും ഞങ്ങൾ മുഖ്യാതിഥികളെ നാട്ടിലേക്ക് സ്വാഗതം ചെയ്യുന്നതിന്റെ ഭാഗമാണ് ആ നിലവിളക്കുകൾ എന്നും സംഘാടക സമതിയിലെ ഒരാൾ വിശദീകരിച്ചു തന്നു. എന്തൊരു അനുഗൃഹീതമായ അനുഭവമാണത്. എഴുത്തുകാരും കലാകാരന്മാരും ദേവന്മാരെപ്പോലെ സ്വീകരിക്കപ്പെടുന്ന ഒരു ദേശം. അത് കേരളത്തിൽ അല്ലാതെ വേറെ എവിടെ കാണാൻ കഴിയും?

ഒരു ദിവസം ഞാൻ കണ്ണൂരിൽ ഒരു പരിപാടിയിൽ പങ്കെടുക്കാൻ വേണ്ടി പോവുകയാണ്. പെട്ടെന്ന് തീവണ്ടി വഴിയിൽ പിടിച്ചിട്ടു. അതും ദീർഘനേരത്തേക്ക്. വള്ളത്തോൾ നഗർ എന്ന തീവണ്ടി നിലയത്തിനടുത്ത് വെച്ച് ഒരു ഗുഡ്സ് തീവണ്ടി പാളം തെറ്റിയതാണ് കാരണം എന്ന് പിന്നെ അന്വേഷിച്ചപ്പോൾ മനസ്സിലായി. എത്തിച്ചേരാനുള്ള വൈഷമ്യത്തെക്കുറിച്ച് ഞാൻ സംഘാടകരെ വിളിച്ചറിയിച്ചു. എന്നാൽ എത്ര വൈകിയാലും ഞങ്ങൾ കാത്തിരിക്കും എന്നായിരുന്നു അവരുടെ മറുപടി. പാതി വഴിയിൽ യാത്ര അവസാനിപ്പിക്കാൻ തീരുമാനിച്ച ഞാൻ ആ വാക്കുകളുടെ ബലത്തിൽ യാത്ര തുടരാൻ തന്നെ തീരുമാനിച്ചു. തീവണ്ടി ഗതാഗതം പുനഃസ്ഥാപിച്ച് വീണ്ടും യാത്ര തുടർന്നപ്പോഴേക്കും

ഏറെ സമയം കഴിഞ്ഞിരുന്നു. അഞ്ചു മണിക്ക് എത്തിച്ചേരേണ്ട പരിപാടിക്ക് ഞാനവിടെ എത്തിയപ്പോൾ സമയം രാത്രി പതിനൊന്നു മണി. എന്നാൽ എന്നെ അദ്ഭുതപ്പെടുത്തിക്കൊണ്ട് ഒരു ഗ്രാമം മുഴുവൻ എന്നെ കാത്ത് ആ സമ്മേളന സ്ഥലത്ത് ഉണ്ടായിരുന്നു. എത്ര വൈകിയാലും വേണ്ടില്ല, എഴുത്തുകാരനെ കേട്ടിട്ടേ ഞങ്ങൾ വീട്ടിലേക്ക് മടങ്ങു എന്ന് പറയുന്ന ഒരു ജനതയെ കേരളത്തിൽ അല്ലാതെ വേറെ എവിടെയാണ് നിങ്ങൾക്ക് കാണിച്ചുത്തരുവാൻ കഴിയുക?

മറ്റൊരവസരത്തിൽ മലബാറിലുള്ള ഒരു സുഹൃത്തിനെ കാണാൻ അദ്ദേഹത്തിന്റെ വീട്ടിൽ എത്തിയതാണ്. അതെങ്ങനെയോ അടുത്തുള്ള ലൈബ്രറിക്കാർ മണത്തറിഞ്ഞു. ഞാനവിടെ ഒന്ന് സന്ദർശിക്കണം എന്ന് അവർക്കൊരേ നിർബന്ധം. രാത്രി ഏതാണ്ട് ഒൻപതു ആയിക്കഴിഞ്ഞിരുന്നു. എന്നാലും ചെല്ലാം എന്ന് ഞാൻ സമ്മതിച്ചു. അങ്ങനെ സുഹൃത്തിന്റെ കാറിൽ കയറി ലൈബ്രറിയിലേക്ക് പോയി. പോകുന്ന വഴിയിൽ ആളുകൾ സംഘം സംഘമായി എങ്ങോട്ടോ ധൃതി വെച്ചു പോകുന്നു. ചിലർ ടോർച്ച് തെളിച്ച് ചിലർ ചൂട്ടുകറ്റ കത്തിച്ച്. ഞങ്ങൾക്ക് ആധിയായി. എന്തുപറ്റി? വല്ല അപകടവും ഉണ്ടായോ? വണ്ടി നിറുത്തി ഒരാളോട് ചോദിച്ചപ്പോൾ പറയുകയാ, ഞങ്ങളുടെ ലൈബ്രറിയിൽ എഴുത്തുകാരൻ വരുന്നു അയാളെ കാണാൻ തിടുക്കപ്പെട്ട് പോവുകയാണെന്ന്. രാത്രി നേരത്ത് എഴുത്തുകാരനെ കാണാൻ ചൂട്ടും കത്തിച്ചു പോകുന്ന ജനക്കൂട്ടത്തെ ഇങ്ങ് കേരളത്തിൽ അല്ലാതെ എവിടെ കാണാൻ കഴിയും...?

ഈ മൂന്നു സംഭവങ്ങളിലും ജനങ്ങൾ ആദരിച്ചതും സ്നേഹിച്ചതും കാത്തിരുന്നതും ബെന്യാമിനെ അല്ല, അവർ നെഞ്ചേറ്റുന്ന സാഹിത്യത്തെ ആണെന്ന്, വായനയെയാണെന്ന് എനിക്ക് ഉറച്ച ബോധ്യമുണ്ട്. അങ്ങനെ വായനയെ നെഞ്ചിലേറ്റുന്ന ഒരു സമൂഹത്തിൽ വന്നു പിറക്കാൻ കഴിഞ്ഞത് ഭാഗ്യമല്ലാതെ മറ്റെന്താണ്? അതിനു നന്ദി പറയാതെ എനിക്കെങ്ങനെയാണ് ഈ വേദിയിൽ നിൽക്കാനാവുക?

നന്ദി പറച്ചിലിന്റെ വേദിയാണ് ഇതെന്ന് ഞാൻ പറഞ്ഞു. ഇപ്പോൾ തിരിഞ്ഞുനോക്കുമ്പോൾ വിധിയുടെയോ നിയോഗത്തിന്റെയോ ആയ ഒത്തിരി ഒത്തിരി കാരണങ്ങളിൽ തട്ടിതട്ടിയാണ് ഞാനവിടെ വരെ എത്തിയതെന്നു തോന്നുന്നു. വെറും തോന്നലല്ല അത് ഉറപ്പാണ്. ഞാൻ ഇവിടെവരെ എത്തിപ്പെടേണ്ടവൻ ആയിരുന്നതുകൊണ്ടും മാത്രം ഇവിടെ എത്തിപ്പെട്ടവനാണ്. ഇതൊരിക്കലും എന്റെ സ്വപ്നമായിരുന്നില്ല. ജീവിതവും ആയിരുന്നില്ല. ജീവിതത്തിന്റെ പ്രലോഭനങ്ങൾ മാടി വിളിക്കുമ്പോഴൊക്കെ ക്രൂരമായ കഴുകൻ നഖങ്ങൾ മുറിവേല്പിച്ചുകൊണ്ട് ജീവിതത്തിന്റെ ദൗത്യത്തെക്കുറിച്ച് ഓർമ്മപ്പെടുത്തുന്ന ഒരു ക്രിസ്തുവിനെക്കുറിച്ച് ലാസ്റ്റ് ടെംപ്റ്റേഷൻ ഓഫ് ക്രൈസ്റ്റ് എന്ന നോവലിൽ നിക്കോസ്

കസൻദ് സാക്കീസ് പറയുന്നുണ്ടല്ലോ. എന്റെ നിസ്സാരജീവിതത്തെ ക്രിസ്തുവുമായി താരതമ്യപ്പെടുത്തുകയല്ല, എങ്കിൽ പോലും ജീവിതം എന്നോട് അങ്ങനെ പെരുമാറിയിട്ടുണ്ട് എന്ന് എനിക്ക് തോന്നാറുണ്ട്. എഴുത്തുമേശയുടെ ഭാരത്തിൽ നിന്ന് എഴുന്നേറ്റോടി മറ്റേതെങ്കിലും ഉല്ലാസങ്ങളിൽ അഭയം പ്രാപിക്കാൻ ശ്രമിക്കുമ്പോഴൊക്കെ അജ്ഞാതമായ ഏതോ ഒരു ശക്തി എന്നെ കഠിനമായി പീഡിപ്പിക്കുന്നതായും എന്നെ അക്ഷരങ്ങളുടെ മുന്നിലേക്ക് വലിച്ചിഴച്ചു കൊണ്ടുപോകുന്നതായും എനിക്കനുഭവപ്പെടാറുണ്ട്. എഴുത്ത് എന്ന ക്രൂശ് നീ ചുമക്കേണ്ടവനാണ് എന്ന് എന്നെ ഓർമ്മിപ്പിക്കാറുണ്ട്. അല്ലെങ്കിൽ പിന്നെ സുന്ദരമായ ജോലിയും മറ്റ് സുഖസൗകര്യങ്ങളും ഉപേക്ഷിച്ച് കുടുംബത്തെ ഒറ്റയ്ക്കാക്കി എഴുത്ത് എന്ന ഭ്രാന്തിലേക്ക് ഞാൻ ഇറങ്ങി നടക്കില്ലായിരുന്നല്ലോ. അത് സത്യമായും പ്രശസ്തിക്കുവേണ്ടിയുള്ള പരക്കം പാച്ചിൽ അല്ല. പുരസ്കാരങ്ങൾക്കുവേണ്ടിയുള്ള നെട്ടോട്ടമല്ല, അത് വായനക്കാർ എന്ന വ്യാമോഹം പോലുമല്ല. അതിനൊക്കെ അപ്പുറത്താണ് എഴുത്ത് എന്ന കുരിശ് വഹിക്കുമ്പോഴുള്ള ആത്മനിർവൃതി. അതിന്റെ പിന്നിലെ കാരണത്തിനു ഞാൻ നന്ദി പറയുന്നു.

എന്നെ എഴുത്ത് എന്ന ഭ്രാന്തിലേക്ക് വിട്ടുതന്നിട്ട് ജീവിതത്തിന്റെയും കുടുംബത്തിന്റെയും ഭാരം സന്തോഷപൂർവ്വം ഏറ്റെടുത്തിരിക്കുന്ന എന്റെ ജീവിതപങ്കാളി ആഷയ്ക്കും എന്റെ മാത്രം സൗകര്യാർത്ഥം ഹോസ്റ്റലിന്റെ തടവറയിൽ കഴിയേണ്ടി വരുന്ന കുട്ടികളായ രോഹനും കെസിയയ്ക്കും ഞാൻ ഹൃദയം കൊണ്ട് സ്നേഹം അർപ്പിക്കുന്നു. അവരുടെ നഷ്ടങ്ങളാണ് എന്റെ സാഹിത്യജീവിതം. ഈ ചടങ്ങിലും അവരുടെ അസാന്നിദ്ധ്യം എന്നെ നൊമ്പരപ്പെടുത്തുന്നു.

എഴുത്തിന്റെ പാരമ്പര്യമില്ലായ്മയെക്കുറിച്ച് ഞാൻ പലവട്ടം പറഞ്ഞിട്ടുണ്ട്. വായനയുടെ സഹവാസമില്ലായ്മയെക്കുറിച്ചും. റേഷൻ കാർഡിനും ബൈബിളിനും പുറത്ത് മറ്റൊന്നും വായിക്കാൻ താത്പര്യമോ അനുവാദമോ ഇല്ലാത്ത ഒരു തനി നാടൻ മദ്ധ്യതിരുവിതാംകൂർ നസ്രാണിയിൽ നിന്ന് അതിനപ്പുറം എന്ത് പ്രതീക്ഷിക്കാൻ? പള്ളിയും പള്ളിക്കൃഷിയും സഭാതർക്കവും കണക്കുപഠിത്തവുമായിരുന്നു ഞങ്ങളുടെ കുടുംബത്തിന്റെ ഇഷ്ടവിഷയങ്ങൾ. എന്നാൽ ഓർമ്മയുടെ അഗാധതയിലേക്ക് വീണ്ടും വീണ്ടും ഊളിയിട്ട് പരിശോധിക്കുമ്പോൾ അവിടവിടെ ചില നാളങ്ങളെ ഞാൻ അവിചാരിതമായി കണ്ടുമുട്ടുന്നുണ്ട്.

പത്തനംതിട്ട ജില്ലയിലെ പ്രക്കാനം എന്ന മലമ്പ്രദേശത്താണ് എന്റെ അമ്മയുടെ വീട്. അവിടെ നിറയെ പറങ്കിമാവുകൾ പടർന്നു കിടക്കുന്ന മലഞ്ചെരുവിലുള്ള ഒരു ചെറിയ വീട്ടിലെ വിളക്കുവെട്ടത്തിൽ ഇരുന്ന് പുസ്തകം വായിച്ചിരുന്ന അമ്മച്ചി എന്റെ ഓർമ്മയിൽ തെളിഞ്ഞു വരുന്നു. ഇന്നത്തെ വായനാഗണത്തിൽ അത് പൈങ്കിളി നോവലുകൾ

ആയിരുന്നെങ്കിലും വായനയുടെ മണം എനിക്കാദ്യമായി വീണുകിട്ടുന്നത് ആ അമ്മച്ചിയുടെ മടിയിൽ നിന്നാണെന്ന് തോന്നുന്നു. അവിടുത്തെ അപ്പച്ചനാവട്ടെ തൊഴിലിൽ ഒരു ആശാരി ആയിരുന്നു എങ്കിലും സ്വന്തം നിലയിൽ സംസ്കൃതവും ആയുർവേദവും പഠിച്ച് കണ്ണുചികിത്സ നടത്തിയിരുന്ന ആളായിരുന്നു. പണിത്തികവായിരുന്നു അപ്പച്ചന്റെ മുഖമുദ്ര. വെള്ളം പോകാത്തത്ര ഇഴയടുപ്പത്തോടെ തടികൾ ചേർത്തു പാകുന്നതിൽ അപ്പച്ചൻ കാണിച്ചിരുന്ന ക്ഷമയും ഏകാഗ്രതയും എഴുത്തിൽ എനിക്കു കിട്ടിയിരുന്നെങ്കിൽ ഇതിനേക്കാൾ എത്രയോ നല്ല എഴുത്തുകാരൻ ആവുമായിരുന്നു ഞാൻ എന്ന് സ്വപ്നം കാണാറുണ്ട്. എങ്കിലും അതിലെ ചില അംശം എന്നിലേക്ക് വീണതിന്റെ ബാക്കിയാണ് എന്നിലെ നോവലെഴുത്തുകാരൻ എന്ന് ഞാൻ വിശ്വസിക്കുന്നു.

ഗൾഫിലെ ഏകാന്തതയും ഒറ്റപ്പെടലും അധികസമയവുമൊക്കെയാണ് എന്നെ എഴുത്തിലേക്കും വായനയിലേക്കും കൂട്ടിക്കൊണ്ടു വന്നത് എന്നു പറയുമ്പോഴും ബാല്യത്തിന്റേതായ ഇങ്ങനെ ചില കാഴ്ചകൾ, ഓർമ്മകൾ അതിന്റെ പിന്നാമ്പുറത്ത് പ്രേരകശക്തിയായി ഉണ്ടായിരുന്നു എന്ന് ഞാനിപ്പോൾ തിരിച്ചറിയുന്നു.

നാമാരും തനിയെ നില്ക്കുന്നവരല്ല, നമ്മുടെ മേൽ പൂർവ്വികഭാരങ്ങളുണ്ട്. പൂർവ്വികരുടെ സ്വപ്നങ്ങളുടെ ബാക്കി പത്രമാണ് നാം. നാഭിയുടെ വെറും പ്രകമ്പനത്താലല്ല, ആയിരക്കണക്കിനു തലമുറകളുടെ കാത്തിരിപ്പിന്റെയും പ്രതിക്ഷയുടെയും ഫലമാണ് ഒരു ക്രിസ്തു എന്നു പറയുന്നതുപോലെ എന്റെ ഏതൊക്കെയോ പൂർവ്വികർ എഴുത്തിനെ ഇഷ്ടപ്പെട്ടിരുന്നിരിക്കാം. വായനയെ സ്നേഹിച്ചിരുന്നിരിക്കാം. അക്ഷരങ്ങളെ ഉപാസിച്ചിരുന്നിരിക്കാം. തലമുറകളിൽ നിന്ന് തലമുറകളിലേക്ക് പകർന്നു കിട്ടിയ അവരുടെ സ്വപ്നങ്ങളുടെ ബാക്കിയാണ് ഞാൻ എന്ന് ഉറച്ചു വിശ്വസിക്കുന്നു. അക്ഷരസ്നേഹം എന്നിലേക്ക് പകർന്നു തന്ന ആ പൂർവ്വികരെ ഇവിടെ സ്നേഹപൂർവ്വം സ്മരിക്കുന്നു.

എനിക്ക് നാലോ അഞ്ചോ വയസ്സുള്ളപ്പോഴാണ് ഞാൻ ആദ്യമായി ഒരു നാടകം കാണുന്നത്. കേരളത്തിൽ അതിപ്രശസ്തനായിരുന്ന കാർട്ടൂണിസ്റ്റ് പി.കെ. മന്ത്രി എന്റെ നാട്ടുകാരനായിരുന്നു. അങ്ങനെയല്ല ഞാൻ അദ്ദേഹത്തിന്റെ നാട്ടുകാരൻ ആണെന്ന് പറയണം. അതാണ് ശരി. അദ്ദേഹം മാത്രമല്ല, 'ദൈവമേ കൈതൊഴാം' എഴുതിയ പന്തളം കേരളവർമ്മയും അഖിലാണ്ഡമണ്ഡലം അണിയിച്ചൊരുക്കി എന്ന് പ്രാർത്ഥനാഗീതം എഴുതിയ പന്തളം കെ.പിയുടെയും നാട്ടുകാരൻ കൂടിയാണ്. ആത്മീയാചാര്യൻ നിത്യചൈതന്യയതിയും രാഷ്ട്രീയാചാര്യൻ എം.എൻ ഗോവിന്ദൻ നായരും ചിത്രകാരൻ രവിവർമ്മതമ്പുരാനും അദ്ദേഹത്തിന്റെ മകൻ വി.എസ്. വല്യത്താനും കൂടി ആ ഗണത്തിൽ പെടും. പുതിയ തലമുറയിൽ പ്രമുഖപത്രപ്രവർത്തകൻ ടി.ജെ.എസ് ജോർജ്ജും

നിരൂപകൻ കെ.എസ്. രവികുമാറും ഉണ്ട്. അങ്ങനെ സാംസ്കാരികമായ പൈതൃകമുള്ള ഒരു മണ്ണിൽ നിന്നാണ് ഞാൻ വരുന്നത്.

പറഞ്ഞു വന്നത്, പി.കെ മന്ത്രിയുടെ വീട്ടിലെ വണ്ടിയോട്ടക്കാരനായിരുന്നു എന്റെ അച്ചാച്ചൻ. ഒരുദിവസം പന്തളത്ത് നാടകത്തിനു പോയ മന്ത്രിയെ എടുക്കാനായി പോയപ്പോൾ അച്ചാച്ചൻ എന്നെയും കൂടെ കൂട്ടി. ഞങ്ങൾ ചെന്നപ്പോൾ നാടകം അതിന്റെ അവസാനത്തിൽ എത്തിയിരുന്നു. പാതി തുറന്ന വാതിലിലൂടെ ഞാൻ തലയിട്ട് നോക്കിയപ്പോൾ നാടകത്തിലെ അവസാനരംഗമാണ് ഞാൻ കാണുന്നത്. ഒരാൾ ചോരയിറ്റുന്ന വാക്കത്തിയുമായി വേദിയിലേക്ക് കടന്നു വന്നിട്ട്, ഞാനവനെ കൊന്നു, ഞാനവനെ കൊന്നു എന്ന് പറയുന്നിടത്ത് കർട്ടൻ വീഴുന്നു. നാടകം അവസാനിക്കുന്നു. അത് ഏത് നാടകമെന്നോ ഏത് കലാസംഘമെന്നോ എനിക്കറിഞ്ഞുകൂടാ. ആര് ആരെ എന്തിനു കൊന്നു എന്ന് എനിക്കറിഞ്ഞുകൂടാ. എന്നാൽ ആ കഥാപാത്രവും രംഗവും ഇപ്പോഴും എന്റെ മനസ്സിൽ ഉണ്ട്. അതെന്റെ മനസ്സിൽ ഉണ്ടാക്കിയ അനുരണനം ഇന്നും വിട്ടുപോയിട്ടില്ല. പിന്നെ ജീവിതത്തിന്റെ പല ഘട്ടങ്ങളിലും ജീവിതത്തിൽ കണ്ടുമുട്ടേണ്ടി വന്നിട്ടുള്ള സന്ദർഭങ്ങളോട് ഇതേ ചോദ്യം ഞാൻ ആവർത്തിച്ചുകൊണ്ടിരിക്കുന്നു. ആര് ആരെ എന്തിനു എന്ന്. അന്നത്തെ ആ കൗതുകക്കാരനായ ബാലന്റെ തുടരന്വേഷണങ്ങളാണ് പില്ക്കാലത്തെ എന്റെ സാഹിത്യജീവിതം എന്നെനിക്കു തോന്നുന്നു. ആ കൗതുകക്കാരൻ ബാലന് നന്ദി.

ഇങ്ങനെയൊക്കെ ചില കാരണങ്ങൾകൊണ്ട് അറിയാതെ സംഭവിച്ചുപോകുന്നതാണ് എന്റെ എഴുത്ത്. അതിനപ്പുറത്ത് ഭാഷയുടെ സാങ്കേതിക വശങ്ങൾ എനിക്കറിഞ്ഞുകൂടാ. സാഹിത്യം ഐച്ഛികഭാഷയായി എടുത്ത് പഠിച്ചിട്ടുള്ള ആളല്ല ഞാൻ. ശുദ്ധിയാക്കപ്പെടാത്തതും മിനുക്കപ്പെടാത്തതുമായ ഭാഷയുടെ സൗന്ദര്യം നിങ്ങൾക്ക് കാണണമെങ്കിൽ പ്രാദേശിക സാഹിത്യം വായിക്കണം എന്ന് ധാക്ക സാഹിത്യോത്സവത്തിൽ പോയി ഞാൻ കഠിനമായി വാദിച്ചു. പക്ഷേ തിരിച്ച് ഇവിടെ വന്നപ്പോൾ എന്റെ ഭാഷയിലെ വലിയ വിദ്യാഭ്യാസം നേടിയ നിരൂപകർ എനിക്ക് ഭാഷാശുദ്ധിയില്ല എന്ന്. വരേണ്യമലയാളത്തിനു മനസ്സിലാക്കാൻ ബുദ്ധിമുട്ടുള്ള പ്രാദേശിക വാക്കുകൾ കുത്തിനിറച്ച എഴുത്താണ് എന്റേത് എന്ന് പരിഹസിച്ചിരിക്കുന്നു.

ബുദ്ധികൊണ്ടല്ല ഞാനെഴുതുന്നത്. ഹൃദയം കൊണ്ടാണ്. സാധാരണ മനുഷ്യർ, പാർശ്വവത്കരിക്കപ്പെട്ടവർ, ഭാഷയ്ക്ക് പുറത്തുള്ളവർ സംസാരിക്കുന്ന അപരിഷ്കൃത മലയാളമേ എനിക്ക് വശമുള്ളൂ. നിരൂപകർക്ക് ഇഷ്ടമായില്ലെങ്കിലും നിങ്ങൾക്കത് ഇഷ്ടമാണ് എന്നാണ് ഞാൻ വിശ്വസിക്കുന്നത്. അതുകൊണ്ട് ഇനിയും വരേണ്യഭാഷയുടെ പുറത്തു തന്നെ നിൽക്കുവാൻ ഞാനാഗ്രഹിക്കുന്നു. അതിൽ ഞാനഭിമാനിക്കുന്നു.

ആ ഭാഷയെ അംഗീകരിച്ച ബഹുമാന്യരായ വായനക്കാർക്കും പുരസ്കാര നിർണ്ണയസമിതിക്കും എന്റെ നന്ദി.

വലിയ ഒരു ഭാരമാണ് പത്മപ്രഭാ പുരസ്കാര നിർണ്ണയ സമിതി എന്റെ തലയിൽ വെച്ചിരിക്കുന്നത്. ഇതുവരെ വളരെ മുതിർന്ന എഴുത്തുകാർക്ക് മാത്രം ലഭിച്ചിരുന്ന, കേരളത്തിന്റെ അഭിമാനമായ ഈ പുരസ്കാരം എന്നിലൂടെ എന്റെ തലമുറയിലേക്ക് വന്നിരിക്കുകയാണ്. അതിലൂടെ സാഹിത്യത്തിനോടുള്ള എന്റെ ഉത്തരവാദിത്വം പതിന്മടങ്ങ് വർദ്ധിച്ചിരിക്കുന്നു. എങ്കിലും ഇത് എന്റെ തലമുറ സാഹിത്യത്തിനു നല്കിയ ചെറിയ സംഭാവനകൾക്കുള്ള വലിയ അംഗീകാരമായി ഞാൻ കാണുന്നു. നിങ്ങൾ അരികുപറ്റി ഒഴുകുന്ന മെലിഞ്ഞ പുഴകളാണ് നിങ്ങളിൽ നിന്ന് വലിയ സാഹിത്യം ഉണ്ടാകാൻ പോകുന്നില്ലെന്ന് പരിഹസിച്ചവർക്കുള്ള മറുപടിയാണ്, ഞാനും സുഭാഷ് ചന്ദ്രനും കെ ആർ മീരയും ഇ സന്തോഷ് കുമാറും സന്തോഷ് ഏച്ചിക്കാനവും ഉണ്ണി ആറും ഒക്കെ അടങ്ങുന്ന ഞങ്ങളുടെ തലമുറ ലോകസാഹിത്യത്തിനു മുന്നിൽ ഉയർത്തിക്കാണിക്കുന്ന പുസ്തകങ്ങൾ സമ്മാനിച്ചിട്ടുണ്ട് എന്ന് അഭിമാനപൂർവ്വം പറയാൻ കഴിയും. ഞങ്ങൾക്കു മുന്നേ എഴുതി മലയാള സാഹിത്യത്തെ സമ്പന്നമാക്കിയ മുഴുവൻ എഴുത്തുകാരെയും വണങ്ങിക്കൊണ്ട് ഈ തലമുറയ്ക്കുവേണ്ടി എം.കെ. പത്മപ്രഭാഗൗഡർ എന്ന വലിയ മനുഷ്യസ്നേഹിയുടെ പേരിലുള്ള ഈ പുരസ്കാരം അഭിമാനപൂർവ്വം ഞാൻ ഏറ്റുവാങ്ങുന്നു.

ഈ ചടങ്ങിനു സാക്ഷ്യം വഹിക്കുവാൻ നിശ്ചയമായും ഉണ്ടായിരുന്നെങ്കിൽ എന്ന് ഞാനാഗ്രഹിക്കുന്ന ഒരാൾ എന്റെ അമ്മയാണ്. എന്നാൽ സ്വന്തം മകൻ ഒരു സാഹിത്യകാരൻ ആയിത്തീർന്നു എന്ന് അറിയുന്നതിനും മുൻപേ അമ്മ ഈ ലോകം വിട്ടു പോയി. തന്റെ മകൻ ഏതോ ഗൾഫ് രാജ്യത്ത്, ഏതോ കമ്പനിയിൽ ഒരു ടെക്നീഷ്യനായോ എഞ്ചിനീയറായോ ജോലി ചെയ്യുന്നു എന്ന വിചാരത്തോടെയാവും അമ്മ ഞങ്ങളുടെ മാന്തളിർ പള്ളിയിലെ വലിയ കല്ലറയിൽ ഉറങ്ങുന്നത്. അമ്മ മരിച്ച് പിന്നെയും ഒരു വർഷം കൂടി കഴിഞ്ഞാണ് എന്റെ ആദ്യകഥ അച്ചടിച്ചു വരുന്നത്. വല്യമ്മച്ചിയുടെ വായനാപാരമ്പര്യം അമ്മയ്ക്ക് ഉണ്ടായിരുന്നതായി എനിക്കറിയില്ല. പതിനാറാം വയസിൽ വീടു വിട്ടുപോയവന് അതൊന്നും അന്നൊരു വിഷയമായിരുന്നില്ല. എന്നാൽ അമ്മയും ചെറുതായി വായിക്കുമായിരുന്നു എന്ന് അടുത്തിടെ എന്റെ സഹോദരി എന്നോട് വെളിപ്പെടുത്തി. അവൾക്ക് എന്നേക്കാൾ നന്നായി അമ്മയെ അറിയാമായിരുന്നു. എന്റെ ഓർമ്മയിലെ അമ്മ എപ്പോഴും വിഷാദവതി ആയിരുന്നു. മൂടിക്കെട്ടിയവൾ ആയിരുന്നു. അപൂർവ്വമായി മാത്രം അമ്മ കവിത ചൊല്ലുന്നതും തമാശ പറയുന്നതും ഞാൻ കേട്ടിട്ടുണ്ട്. അമ്മയുടെ ആ വിഷാദം ഒരു രോഗമായിരുന്നു എന്ന് പിന്നെയും എത്രയോ കാലം

കഴിഞ്ഞാണ് ഞാനറിയുന്നത്. ആ രോഗത്തിന് അമ്മ ദീർഘകാലം മരുന്ന് കഴിച്ചിരുന്നു എന്നും.

അമ്മയുടെ ആ വിഷാദം ചിലപ്പോഴൊക്കെ എന്നിലേക്കും പടരുന്നതായി എനിക്കനുഭവപ്പെടാറുണ്ട്. എന്നാൽ അമ്മ മരുന്നുകൊണ്ട് മറികടക്കാൻ ശ്രമിച്ചതിനെ ഞാൻ വായനകൊണ്ടും എഴുത്തുകൊണ്ടുമാണ് മറികടക്കുന്നത്. എഴുത്ത് എനിക്ക് ഒരു കൗതുകമാണ്. ആത്മനിർവൃതിയാണ്. അന്വേഷണമാണ്. എന്നാൽ അതിനൊക്കെ അപ്പുറത്ത് എന്റെ അതിജീവനത്തിനും നിലനില്പിനും മാനസിക നില കാത്തുസൂക്ഷിക്കുന്നതിനുമുള്ള ഔഷധം കൂടിയാണത്.

അമ്മ എനിക്ക് തന്നേച്ചു പോയ വിഷാദമാണ് നിങ്ങൾക്ക് സാഹിത്യമായി തിരിച്ചു നല്കുന്നത്. ഈ പുരസ്കാരം ഞാൻ അമ്മയ്ക്ക് സമർപ്പിക്കുന്നു. അമ്മ മാന്തളിർ പള്ളിയിലെ കല്ലറയിൽ ഉറങ്ങുകയല്ല നിങ്ങൾക്കിടയിൽ ഉണർന്നിരുന്ന് എന്നെ വഴിനടത്തുകയാണ് എന്ന് വിശ്വസിക്കാനാണ് എനിക്കിഷ്ടം.

നന്ദി.

(2014 ലെ പത്മപ്രഭാ സ്മാരക പുരസ്കാരം
സ്വീകരിച്ചുകൊണ്ട് നടത്തിയ പ്രഭാഷണം)